ഗ്രീൻ ബുക്സ്

ബോംബെ ഏടുകൾ

ജയൻ കെ.ബി.

വിദ്യാഭ്യാസം: തൃശൂരിൽ സെന്റ് തോമസ്,
ശ്രീകേരളവർമ്മ കോളേജ്, ഇൻസ്റ്റിറ്റ്യൂട്ട് ഓഫ്
കോസ്റ്റ് ആൻഡ് വർക്സ് അക്കൗണ്ടന്റ്സിൽ
നിന്നും ഐ.സി.ഡബ്ല്യൂ.എ. പാസ്സായി.
ഐ ഐ എം അഹമ്മദാബാദിൽ നിന്നും
GMP (General Management program).
2014 മുതൽ അബുദാബിയിൽ ആപ്റ്റ് മാനേജ്മെന്റ്
കൺസൽട്ടൻസി (Apt) എന്ന സ്ഥാപനം നടത്തുന്നു.
കേരള സോഷ്യൽ സെന്റർ, ശക്തി തീയേറ്റേഴ്സ്,
അബുദാബി ഇന്ത്യൻ സോഷ്യൽ സെന്റർ
എന്നീ സംഘടനകളിൽ സജീവ സാന്നിദ്ധ്യം.
Email : jayan_kb@hotmail.com

AF755628

ഓർമ്മ

ബോംബെ ഏടുകൾ

ജയൻ കെ.ബി.

ഗ്രീൻബുക്സ്

green books private limited
gb building, civil lane road, ayyanthole,
thrissur- 680 003, kerala, ph: +91 487-2381066, 2381039
website: www.greenbooksindia.com
e-mail: info@greenbooksindia.com

malayalam
bombay edukal
memoirs
by
jayan k b

published november 2021

cover design : abdul nasser k p

branches:
thrissur 0487-2422515
thiruvananthapuram 0471-2335301
calicut 0495 4854662

isbn : 978-93-91072-62-9

₹ 175.00
GBPL/1194/2021

മുഖക്കുറി

എത്ര പറഞ്ഞാലും മതിയാകാത്ത മഹാനഗരമാണ് ബോംബെ. സാംസ്കാരിക ബഹുസ്വരതകളുടെ നഗരം. ജയൻ കെ.ബി. അവതരിപ്പിക്കുന്ന ബോംബെ ജീവിതം ഗൃഹാതുരതയോടെയുള്ള ഓർമ്മക്കുറിപ്പുകളാണ്.

എഡിറ്റർ

ഉള്ളടക്കം

മുഖവുര

സപ്തദ്വീപുകളായി കിടന്നിരുന്ന ചില ചെറുദ്വീപുകൾ. അതിൽ മത്സ്യം പിടിച്ചു ഉപജീവനം നടത്തിയിരുന്ന കോളികൾ, ഉപ്പുപാടങ്ങളിൽ വെള്ളം വറ്റിച്ച് ഉപ്പുണ്ടാക്കി ജീവിതവൃത്തി നടത്തിയിരുന്ന അഗ്രികൾ. അതിന് അടുത്തു കിടന്നിരുന്ന ദ്വീപായിരുന്നു സാൽ സൈറ്റ് ദ്വീപ്. ഇന്നത്തെ ബാന്ദ്രയും താനെയും ബോറിവലിയും എല്ലാം ഉൾപ്പെടുന്ന വലിയ ഭൂപ്രദേശം. അവിടങ്ങളിൽ ഇന്ത്യൻ രാജവംശ ങ്ങളുടെ അവശേഷിപ്പുകൾ കാണാം. ഇന്ത്യാചരിത്രത്തിലെ ഏറ്റവും വിസ്തൃതമായ അശോകാസാമ്രാജ്യം സാൽ സൈറ്റ് വരെ വ്യാപിച്ചുകിടന്നിരുന്നു. ഇന്നത്തെ ഭാരത ത്തേക്കാളും വിസ്തൃതമായിരുന്നു അന്നത്തെ മൗര്യസാമ്രാജ്യം. ആ കാലഘട്ടത്തിന്റെ അവശേഷിപ്പായി ബുദ്ധഭിക്ഷുക്കളുടെ പഠനകേന്ദ്രമായ ഗുഹാസമുച്ചയം ഇന്നും കനെറിയിൽ കാണാം. ആ കാലത്തേ പ്രധാന തുറമുഖമായിരുന്ന സോപാര അവിടെ അടുത്ത് തന്നെ. രണ്ടായിരത്തിഅഞ്ഞൂറ് വർഷം മുമ്പ് പശ്ചിമ ഇന്ത്യയിലെ തുറമുഖവും ഒരു വാണിജ്യകേന്ദ്രവും ആനിരുന്നു സോപാര. ഗ്രീക്കുകാരും റോമക്കാരും പേർഷ്യക്കാരും അറബികളും മറ്റു രാജ്യ ങ്ങളിലെ കച്ചവടക്കാരും പാർത്തിരുന്ന ഒരു പ്രാചീന നഗരം. അശോകന്റെ കാലത്തെ രണ്ടു ശിലാലിഖിതങ്ങൾ ഇവിടെനിന്നും കണ്ടെടുത്തത്രേ. ബുദ്ധമതപ്രചാരണത്തിന് അശോകന്റെ സന്ദേശവാഹകർ യാത്ര തിരിച്ച തുറമുഖം ആയിരുന്നു സോപാര.

ബുദ്ധജൈനവിശ്വാസികൾക്കും ഹിന്ദുക്കൾക്കും വേരു കൾ ഉണ്ടായിരുന്ന ആ സ്ഥലം ഇന്നത്തെ നല്ല സോപാര ആണത്രേ. വിരാറിനും വസായ് റോഡിനും ഇടയ്ക്കുള്ള ഒരു ചെറിയ സബർബൻ സ്റ്റേഷൻ. പരശുരാമൻ മഴു എറി ഞ്ഞാണ് കേരളം ഉണ്ടായതെന്നതിന് സമാനമായ ഒരു

ഐതിഹ്യം സോപാരായിലും ഉണ്ട്. പരശുരാമൻ കടലിൽ നിന്നും വീണ്ടെടുത്ത ശൂരന്മാരുടെ നഗരം ആയ ശൂർപരക എന്ന നഗരമാണ് പിന്നീട് സോപാര ആയി മാറിയത്. എറിഞ്ഞത് ശൂർപ്പം (മുറം) ആണെന്നും അതുകൊണ്ട് കേരളത്തിന് ശൂർപകരാജ്യം എന്നൊരു പേരും ഉണ്ടെന്ന് ഒരു കഥയും സാന്ദർഭികമായി ഓർക്കട്ടെ.

ആഗ്രഹിക്കുന്നതിൽ തെറ്റില്ലല്ലോ. ബോംബെയുടെ പേര് മുംബൈ എന്ന് മാറ്റിയപ്പോൾ അടുത്ത് കിടക്കുന്ന ഈ ചരിത്രസ്ഥലത്തിന്റെ പേര് ആരെങ്കിലും പരിഗണിച്ചോ? സോപാര അല്ലെങ്കിൽ ശൂർപരക എന്നാണെങ്കിൽ നഗരത്തിന് ആ ചരിത്ര ഇടത്തിന്റെ പിന്തുടർച്ച നേടാമായിരുന്നു. സിറ്റി ഓഫ് സോപാര. അതോ ബ്രേവ്സിറ്റി? ആ അവസരം പോയി. ഇനി നമുക്ക് ആംചി (നമ്മുടെ) മുംബൈ എന്നുതന്നെ വിളിക്കാം. നഗരത്തിലെ പഴയ ആരാധനാമൂർത്തിയായ മുംബാദേവിയുടെ പേരിലാണ് ഇന്ന് നഗരം അറിയപ്പെടുന്നത്.

റോമാനഗരം ഒരു ദിവസംകൊണ്ട് നിർമ്മിച്ചതല്ല. ഇത് കേട്ട് പഴകിയ ഒരു പഴഞ്ചൊല്ല്. അപ്പോൾ മുംബൈ നഗരമോ? അതിനും വർഷങ്ങളുടെ ചരിത്രകഥകൾ പറയാനുണ്ട്. നഗരത്തിന്റെ പരിണാമത്തിന്റെ ചരിത്രം. പോർച്ചുഗീസുകാർ സപ്തദ്വീപുകളെ അധീനത്തിലാക്കി. നല്ല തീരത്തെ അവർ ബോംബേയ് എന്ന് വിളിച്ചത്രേ. കൊളാബയും ലിറ്റിൽ കൊളാബയും ബോംബെയും മാഹിമും മാസഗോണും പരേലു വോർളിയും ചെറിയ ചെറിയ ദ്വീപുകൾ.

പോർച്ചുഗീസ് രാജകുമാരി കാതറിൻ ബ്രാഗാൻസയ്ക്ക് സ്ത്രീധനമായി കിട്ടിയ ഈ ദ്വീപുകൾ അത്ര ലാഭകരമാണെന്ന് ഭർത്താവായ ചാൾസ് രണ്ടാമൻ എന്ന ബ്രിട്ടിഷ് രാജകുമാരന് തോന്നിയില്ല. അതുകൊണ്ടാവും പത്തു പൗണ്ട് വാർഷികവാടകയ്ക്ക് ഈ ഭൂപ്രദേശം ഈസ്റ്റ് ഇന്ത്യ കമ്പനിക്ക് പാട്ടത്തിനു കൊടുത്തത്. പിന്നീട് ഒന്നാം സ്വാതന്ത്ര്യസമരം വരെയുള്ള കാലം വരെ ഇത് കമ്പനിയുടെ അധീനത്തിൽ ആയിരുന്നു.

കടൽവെള്ളം കയറി, മലേറിയ തുടങ്ങിയ പല പകർച്ചവ്യാധികളിൽ ആളുകൾ മരിച്ചു തുടങ്ങിയപ്പോൾ, ഗതാഗതം ദുസ്സഹമായപ്പോൾ കടൽ നികത്തൽ ആരംഭിച്ചു. സാൽസെറ്റ് ദ്വീപിലെ മലകൾ ഇടിച്ച കല്ലുകളും മണ്ണുമെല്ലാം

ഉപയോഗിച്ച് ഉൾക്കടലുകളിൽ മണ്ണ് നിറച്ചപ്പോൾ ഇന്ന് കാണുന്ന മുംബൈ ഭൂമിശാസ്ത്രത്തിന്റെ പ്രാരംഭരൂപ മായി.

വാഡിയ കപ്പൽ നിർമ്മാണം ആരംഭിച്ചു. പിന്നെ കോട്ടൺ, ഓപിയം, ചായ തുടങ്ങിയ വ്യാപാരങ്ങളുമായി പുതിയ കച്ചവടക്കാർ നഗരത്തിൽ എത്തി. അമേരിക്കയിലെ സിവിൽ യുദ്ധം നടക്കുമ്പോൾ ഉണ്ടായ തുണിക്ഷാമം ഇവിടെ ടെക്സ്റ്റൈൽ മില്ലുകളുടെ നിർമാണത്തിന് സഹായകരമായി. പുതിയ വ്യവസായങ്ങൾ ആരംഭിച്ചു.

തൊഴിൽ ഇടങ്ങൾക്കടുത്ത് തൊഴിലാളികൾക്ക് താമസി ക്കാൻ ചാളുകൾ പണിതു. ഇംഗ്ലീഷ് പരിജ്ഞാനവും സംരംഭകത്വവും തൊഴിൽ ചെയ്യാൻ ഉള്ള താൽപ്പര്യവും കാരണം ഉയർന്ന ജോലികൾ പലതും പാഴ്സികളെ തേടി യെത്തി. പുതിയ സംരഭങ്ങൾ തുടങ്ങാനും വെല്ലുവിളികൾ ഏറ്റെടുക്കാൻ ഉള്ള വാസനയും നഗരത്തിന്റെ വികസന ത്തിന്റെ അസ്തിവാരം ഇടുന്നതിൽ പാഴ്സികൾ ഒരു പ്രധാന പങ്കുവഹിച്ചു. ഇന്ത്യയുടെ വ്യവസായിക പുരോഗതിയിലും ശാസ്ത്ര സാമൂഹ്യപുരോഗതിയിലും ഇവർ ഒട്ടേറെ സംഭാ വനകൾ നൽകി. ഇന്ത്യയുടെ ഇതരസ്ഥലങ്ങളിൽ നിന്നും തൊഴിലും അവസരങ്ങളും തേടി പലരും നഗരത്തിലേക്ക് ചേക്കേറി. സ്വാതന്ത്ര്യസമരത്തിലെ പല ചരിത്രമുഹൂർത്ത ങ്ങൾക്കും നഗരം സാക്ഷിയായി. ഇന്ത്യൻ നാഷണൽ കോൺഗ്രസിന്റെ പ്രഥമസമ്മേളനം നടന്നത് ഈ നഗര ത്തിലാണ്. ആഗസ്റ്റ് വിപ്ലവത്തിന്റെ ആഹ്വാനം ഉയർന്നത് ഈ മണ്ണിൽ നിന്നാണ്. ചരിത്രം ഉറങ്ങുന്ന ആഗസ്റ്റ് ക്രാന്തി മൈതാനിൽ വെച്ചാണ് മഹാത്മജി ക്വിറ്റ് ഇന്ത്യാസമര ത്തിന്റെ കാഹളം മുഴക്കിയത്.

ഭാരതത്തിന്റ വിഭജനം സൃഷ്ടിച്ച പലായനങ്ങളിൽ സിന്ധികളും പഞ്ചാബികളും ബോംബെ നഗരത്തിൽ അഭയം തേടി എത്തി. അഭയാർത്ഥി കോളനികളിൽ നിന്നും പലരും ജീവിതം തുന്നിപ്പിടിപ്പിച്ചത് ഇവിടെയാണ്. പത്താംക്ലാസും ടൈപ്പും പഠിച്ചു മദ്രാസിൽനിന്നും കേരളത്തിൽ നിന്നും അനേകർ ഇവിടേക്ക് തൊഴിൽ തേടിയെത്തി. പഠിത്തം ഇല്ലാത്തവർക്കും ഇവിടെ തൊഴിൽ അവസരങ്ങൾ ഉണ്ടാ യിരുന്നു. തുണിമില്ലുകളിലും ഫാക്ടറികളിലും തൊഴി ലാളികളെ വേണമായിരുന്നു.

നഗരം വളരുന്നതിന് സ്ഥലപരിമിതികൾ കണ്ടുതുടങ്ങിയപ്പോൾ ആയിരിക്കണം ന്യൂ ബോംബെ എന്ന ആശയം ഉടലെടുത്തത്. വികസനത്തിന്റെ അടുത്ത ഘട്ടം തുടങ്ങുന്നതു ന്യൂ ബോംബെയുടെ വികസനം തുടങ്ങുമ്പോഴാണ്.

ഏതാണ്ട് അതേസമയത്താണ് ഞാൻ ബോംബെയിൽ എത്തുന്നത്. പുതിയ പാലത്തിന്റെ പണിയും തീവണ്ടിപ്പാലത്തിന്റെ നിർമ്മാണവും തുടങ്ങുന്നത് ഈ സമയത്താണ്. എൺപത്തിമൂന്ന് തുടങ്ങി ഒരു ദശാബ്ദക്കാലം ബോംബയിൽ ജീവിച്ചു. ചേട്ടൻ (ഹേമൻ) മുമ്പേ ബോംബെ ജീവിതം ആരംഭിച്ചിരുന്നു. അതുകൊണ്ട് ചേട്ടന്റെ സഹായം ഉണ്ടായിരുന്നു.

വിദ്യാർത്ഥി ആയി തുടങ്ങി പിന്നെ ഒരു വ്യവസായ സ്ഥാപനത്തിലെ (ലാക്മെ) ഉദ്യോഗസ്ഥനായും നഗരത്തിൽ ഒരു ദശാബ്ദം കഴിച്ചുകൂട്ടി. ആ കാലത്തുണ്ടായ ചെറിയ അനുഭവങ്ങളിലൂടെ അന്നത്തെ കാലഘട്ടം അടയാളപ്പെടുത്താനുള്ള എന്റെ ഒരു ഉദ്യമമാണ് ഈ കുറിപ്പുകൾ.

കമ്പ്യൂട്ടറുകളുടെയും പുതിയ ജീവിതസൗകര്യങ്ങളുടെയും തൊട്ടു മുമ്പുള്ള വർഷങ്ങൾ. പുതിയ സാമ്പത്തിക പരിഷ്കാരങ്ങൾക്ക് മുമ്പുള്ള ഒരു ദശകം. ഇന്ത്യൻ രാഷ്ട്രീയത്തിന്റെ ഗതി മാറ്റിയ പല സംഭവങ്ങളും നടന്ന കാലഘട്ടം. ഇന്ദിരാഗാന്ധിയും രാജീവ്ഗാന്ധിയും വധിക്കപ്പെട്ട നാളുകൾ. ബാബ്റി മസ്ജിദ് പൊളിച്ചതിനുശേഷം ഉണ്ടായ വർഗ്ഗീയലഹളകൾ. ബോംബെ സ്ഫോടനപരമ്പരകൾ അരങ്ങേറിയ ദിവസം. ജെ. കൃഷ്ണമൂർത്തി എന്ന ഗുരുവിനെ കേൾക്കാൻ കിട്ടിയ അവസരം. മഴക്കെടുതികൾ. അങ്ങനെയുള്ള ചില ജീവിതമുഹൂർത്തങ്ങൾ ഇവിടെ ഞാൻ ഓർത്തെടുക്കുന്നു. ഡബ്ബാവാലകളെയും ഹിജഡകളയും കണ്ടതിന്റെ അനുഭവസാക്ഷ്യങ്ങൾ. പിന്നെ അടുത്തറിഞ്ഞ പഞ്ചാബികൾ, സിന്ധികൾ, പാഴ്സികൾ. ബാച്ച്ലർ ജീവിതത്തിലെ ചില തമാശകൾ. മെട്രോ നഗരത്തിൽ കാണുന്ന ചില പുതിയ കാഴ്ചകൾ. തൊഴിൽ സ്ഥലത്തു പരിചയപ്പെട്ട ചില വ്യക്തികൾ പത്രമെഴുത്തിന്റ തുടക്കം. ഫാമിലി ആയി ജീവിതം തുടങ്ങുമ്പോൾ നേരിടുന്ന ചില മുഹൂർത്തങ്ങൾ. ആ കാലഘട്ടത്തിലെ വിനോദങ്ങൾ. തൊഴിലിടത്തെ ചില അനുഭവങ്ങൾ. ആകസ്മികമായി പരിചയപ്പെട്ട ചിലർ ഡൊറോത്തി വെന്റ് വോർത് വാൽഷ്,

ഡാർലിൻ ചോക്യുട്ട, വിജയസാവന്ത് എന്നിവർ തന്ന ഓർമ്മകൾ. നഗരം വീണ്ടും സന്ദർശിച്ചപ്പോൾ ഉണ്ടായ ചില തിരിച്ചറിവുകൾ. ഇതിൽ ചിലതൊക്കെ രേഖപ്പെടുത്താനാണ് ഞാൻ ശ്രമിച്ചത്. ചരിത്രവും ജീവിതവുമായുള്ള സംഗമസന്ദർഭങ്ങൾ നെയ്തെടുക്കാൻ ഒരു ശ്രമം. മുംബൈ ബോംബെ ആയിരുന്ന സമയത്തെ കുറിപ്പുകളാണ് ഏറെയും. അതുകൊണ്ട് കുറിപ്പുകളിൽ പൊതുവെ ഉപയോഗിച്ചിട്ടുള്ളത് ബോംബെ എന്നാണ്.

ഒരു വർഷംമുമ്പ് സോഷ്യൽ മീഡിയയിൽ ഇത് എഴുതുവാൻ തുടങ്ങിയപ്പോൾ സുഹൃത്തുക്കളിൽ നിന്നും നല്ല പ്രോത്സാഹനങ്ങൾ ഉണ്ടായി. അതിന്റെ ഊർജ്ജമാണ് ഇത് ഒരു പുസ്തകമാക്കാൻ പ്രേരണയായത്. ബോംബെയിലും തൃശ്ശൂരിലും അബുദാബിയിലും ലോകത്തിന്റെ പല ഭാഗങ്ങളിലും ഉള്ള സുഹൃത്തുക്കൾ, കേരളവർമ്മ കോളേജിലെ സുഹൃത്തുക്കൾ, ബഥനി സ്കൂളിലെ സഹപാഠികൾ, കേരള സോഷ്യൽ സെന്ററിലെയും ശക്തിയിലെയും പ്രവർത്തകർ, കുടുംബാംഗങ്ങൾ അങ്ങനെ പലരും കുറിപ്പുകൾ വായിച്ചു അവരുടെ അഭിപ്രായങ്ങൾ എന്നെ അറിയിക്കാറുണ്ട്. അവരോടുള്ള എന്റെ കൃതജ്ഞത ഇവിടെ കുറിക്കുന്നു. മാത്രമല്ല കൂടെ നിന്നവർ ഏറെയുണ്ട്. അവർക്കുള്ള നന്ദിയും ഇവിടെ രേഖപ്പെടുത്തട്ടെ.

ഈയിടെ അന്തരിച്ച ഇ.ഐ.എസ് തിലകൻ നൽകിയ പ്രോത്സാഹനം മറക്കുന്നില്ല. എഴുത്തുകാരായ ചില സുഹൃത്തുക്കൾ, സന്ധ്യ ഇ യും ദീപാ നിശാന്തും സഹറുള്ളയും നൽകിയ പ്രോത്സാഹനങ്ങളും ഏറെ ഇഷ്ടത്തോടെ ഓർക്കുന്നു. ഈ പുസ്തകം സാധ്യമാക്കാൻ സഹായങ്ങൾ തന്ന മുരളിയേട്ടൻ എന്ന കെ.ബി. മുരളി, അവതാരിക എഴുതിത്തന്ന ശ്രീ. അഷ്ടമൂർത്തി, കവർ ഡിസൈൻ ചെയ്ത പ്രിയ സ്നേഹിതൻ അബ്ദുൽ നാസ്സർ. എല്ലാവരെയും നന്ദിപൂർവ്വം സ്മരിക്കട്ടെ.

ഇങ്ങനെ ഒരു പുസ്തകം പ്രസിദ്ധീകരിച്ചതിൽ ഏറ്റവും അധികം സന്തോഷിക്കുമായിരുന്ന അച്ഛൻ ഓർമ്മയായിട്ട് മൂന്ന് വർഷമായി. അക്ഷരലോകത്തെ പരിചയപ്പെടുത്തിയ അച്ഛനും അമ്മയ്ക്കും എന്റെ നമസ്കാരം. കൂടെനിന്ന് പ്രോത്സാഹിപ്പിച്ച എന്റെ ഭാര്യ ഷീനയാണ് ഈ ഉദ്യമത്തിന്

ഏറ്റവും ശക്തി നൽകിയത്. ഒരു മോറൽ സപ്പോർട്ട് നൽകി മക്കൾ അനഘയും ഗൗതമും മരുമകൻ അരവിന്ദും. ഇത് യാഥാർത്ഥ്യമാക്കാൻ സോഷ്യൽ മീഡിയയിലൂടെ ലഭിച്ച പ്രേരണയും പ്രോത്സാഹനവും വളരെ സഹായിച്ചെന്ന് നന്ദിയോടെ ഓർത്ത് ഇതു സമർപ്പിക്കട്ടെ.

ഗ്രീൻ ബുക്സിന് നന്ദി.

ജയൻ കെ.ബി.

ഒരേ നഗരത്തിൽ

അഷ്ടമൂർത്തി

ബോംബെയെക്കുറിച്ച് എത്ര കേട്ടാലും പറഞ്ഞാലും വായിച്ചാലും മതിയാവില്ല എനിക്ക്. ബോംബെ പരാമർശിക്കപ്പെടുന്ന പുസ്തകങ്ങളും വാർത്തകളും എല്ലാം ഇപ്പോഴും തേടിപ്പിടിക്കാൻ ശ്രമിക്കാറുണ്ട്. ബോംബെയിലെ ലോക്കൽ ട്രെയിനുകളും ബി.ഇ.എസ്.ടി ബസ്സുകളും കാണാൻ വേണ്ടി മാത്രം ഹിന്ദി സിനിമകളും കാണാറുണ്ട്. വർഷംതോറും ഒരനുഷ്ഠാനം പോലെ ആവർത്തിക്കുന്ന വെള്ളപ്പൊക്കം പോലും ഗൃഹാതുരതയാണ്. അതുകൊണ്ടുതന്നെ എന്റെ പ്രിയപ്പെട്ട ആ നഗരത്തിലേക്കു പോവാൻ കിട്ടുന്ന ഒരവസരവും ഞാൻ പാഴാക്കാറില്ല. നേരത്തെ ബോംബെ വിട്ടുപോന്നതുകൊണ്ട് അവിടെ പിന്നീടുണ്ടായ സ്ഫോടനങ്ങളും ഭീകരാക്രമണവുമെല്ലാം ഇവിടെയിരുന്ന് നൊമ്പരത്തോടെ അനുഭവിക്കുകയാണുണ്ടായത്.

അവിടം വിട്ടുപോന്നിട്ട് 35 കൊല്ലമായിട്ടും ബോംബെയോടുള്ള വികാരപരമായ അടുപ്പത്തിന് ഇപ്പോഴും ഒരു കുറവും വന്നിട്ടില്ല. അതുകൊണ്ടു തന്നെയാണ് ജയൻ കെ.ബി. എഴുതിയ ബോംബെ ഏടുകൾ എനിക്കു പ്രിയതരമാവുന്നത്. ഞങ്ങളുടെ ബോംബെ ജീവിതത്തിനും ചില സാമ്യങ്ങളുണ്ടെന്നു പറയണം. തൃശ്ശൂർ ശ്രീകേരളവർമ്മ കോളേജിൽ നിന്ന് ബി.കോം എടുത്താണ് ഞങ്ങൾ ബോംബെയ്ക്കു വണ്ടി കയറിയത്. അന്നു പരിചയമൊന്നുമില്ലെങ്കിലും കുറച്ചുകാലം ഞങ്ങൾ രണ്ടുപേരും ഒരേ സമയത്ത് അവിടെയുണ്ടായിരുന്നു എന്നാണ് ഈ പുസ്തകത്തിൽ നിന്നു മനസ്സിലാക്കുന്നത്. ജയൻ അവിടെയെത്തി മൂന്നു കൊല്ലത്തിനു ശേഷം ഞാനവിടെ നിന്നു മടങ്ങി.

അവിടെ ഞങ്ങൾ കണ്ട സിനിമകൾ ഏറെക്കുറെ ഒന്നു തന്നെയാണ്; കാരണം അല്പം 'ഓഫ് ബീറ്റ്' ആയ സിനിമകൾ തന്നെയായിരുന്നു എന്റെ താല്പര്യവും. ആകാശവാണി തീയറ്റർ എനിക്കും പ്രിയപ്പെട്ട ഒരിടമായിരുന്നു.

ജയൻ തുടക്കത്തിൽ ഫ്രീലാൻസിൽ ജേണലിസം പരീക്ഷിച്ചുവെങ്കിലും പിന്നീട് വിട്ടു. ഞാൻ ഭാരതീയ വിദ്യാഭവന്റെ ജേണലിസം കോഴ്സ് ചെയ്തുവെങ്കിലും ആ പാതയിൽ പിന്നെ സഞ്ചരിച്ചില്ല. ജയൻ ഐ.സി.ഡബ്ലി.യു.എ പഠിച്ച് വലിയ ഉദ്യോഗസ്ഥനായി. ഞാനാവട്ടെ ആ കോഴ്സിനു ചേർന്നെങ്കിലും അധികം വൈകാതെ വിട്ടു. ബോംബെ ഏടുകൾ വളരെ ലാഘവമാർന്ന കൃതിയാണ്. അവിടെ നിന്നുണ്ടായ അനുഭവങ്ങൾ ലളിതമായ ഭാഷയിൽ ആവിഷ്കരിച്ചിരിക്കുകയാണ് ജയൻ കെ.ബി.

ബോംബെ ജീവിതമറിയുന്നവർക്ക് ഗൃഹാതുരത്വമുണ്ടാക്കുന്നതാണ് ഇതിൽ പറഞ്ഞിട്ടുള്ളതൊക്കെയും. അവിടെ ജീവിച്ചിട്ടില്ലാത്തവർക്കാവട്ടെ വിലപ്പെട്ട പല വിവരങ്ങൾ കൊണ്ട് സമ്പന്നമായതുകൊണ്ട് ഒരു വഴികാട്ടിയായി അനുഭവപ്പെടുകയും ചെയ്യും. എന്നാലും നരിമാൻ പോയന്റും ഗേയ്റ്റ് വേയും മലബാർ ഹിൽസും കിങ്ങ് സർക്കിളും കഫ് പരേഡും വിവരിക്കുന്നതിൽ മാത്രം ഒതുങ്ങുന്നില്ല അത്. വിചിത്രമായ ചില അനുഭവങ്ങളും ഈ പുസ്തകത്തെ വ്യത്യസ്തമാക്കുന്നുണ്ട്. ഡാർലിൻ ചോക്യൂട്ടെ എന്നും ഡൊറോത്തി വെന്റ് വോർത്ത് വാൽഷ് എന്നും വിചിത്രമായ പേരുകളുള്ള രണ്ടു മദാമ്മമാർ ഈ പുസ്തകത്തിൽ എത്തിനോക്കുന്നുണ്ട്. മോഷ്ടിക്കപ്പെടുന്ന പാൽപ്പാക്കറ്റുകളും നീലക്കാറും ഓട്ടോറിക്ഷാ അനുഭവങ്ങളും രസകരമായാണ് വിവരിക്കപ്പെട്ടിരിക്കുന്നത്. വായനയുടെ രസം കെടുത്താൻ ഉദ്ദേശിച്ചിട്ടില്ലാത്തതുകൊണ്ട് കൂടുതൽ വിസ്തരിച്ചെഴുതുന്നില്ല.

ഞങ്ങൾ രണ്ടുപേരും വിട്ടു പോന്ന ബോംബെ ഇന്ന് വളരെ മാറിപ്പോയി എന്ന് ഞാൻ മനസ്സിലാക്കുന്നുണ്ട്. ഓരോ വട്ടം ബോംബെയിലെത്തുമ്പോഴും മാറ്റങ്ങൾ ഞാൻ തൊട്ടറിയാറുമുണ്ട്. ബോംബെ നഗരത്തിന്റെ മുഖമുദ്രകളായി കണക്കാക്കപ്പെട്ടിരുന്ന ഏഷ്യാറ്റിക് ലൈബ്രറിയും

റിഥം ഹൗസും സ്ട്രാൻഡ് ബുക്സ്റ്റാളും പൂട്ടിപ്പോയിരിക്കുന്നു. ജഹാംഗീർ ആർട്ട് ഗാലറിയിലെ വലിയ ആകർഷണമായിരുന്ന സമോവർ എന്ന റെസ്റ്റോറന്റും ഇന്നില്ല. പഴയ അടയാളങ്ങളൊക്കെ ഒന്നൊന്നായി നഷ്ടപ്പെട്ടു കൊണ്ടിരിക്കുകയാണ്. ഇനിയൊരിക്കൽ ബോംബെയിൽ ചെല്ലുമ്പോൾ നമ്മൾ പഴയ ബോംബെയിലാവില്ല കാലുകുത്തുക എന്ന ബോധം എന്നെ വിഷാദിയാക്കുന്നുണ്ട്. അങ്ങനെ വരുമ്പോൾ ഇത്തരം പുസ്തകങ്ങൾ നിർവഹിക്കുന്ന ധർമ്മത്തിന് നമ്മൾ കരുതുന്നതിനേക്കാൾ മൂല്യമുണ്ട്.

ബോംബെ ജീവിതത്തെക്കുറിച്ച് 'അകലത്തെ ബോംബെ; അയലത്തെ മുംബൈ' എന്ന ഒരു പുസ്തകം ഞാൻ എഴുതിയിട്ടുണ്ട്. പന്ത്രണ്ടുവർഷത്തെ ജീവിതത്തിനുശേഷം നാട്ടിലേക്ക് തിരിച്ചുപോരുന്നതോടെയാണ് എന്റെ പുസ്തകം അവസാനിപ്പിച്ചത്. പത്തുകൊല്ലത്തെ താമസത്തിനു ശേഷം അബുദാബിയിലേക്കു ജീവിതം പറിച്ചു നടാനൊരുങ്ങുന്നതോടെയാണ് 'ബോംബെ ഏടുകൾ' അവസാനിക്കുന്നത്. ആ അവസാന അദ്ധ്യായമാവട്ടെ ഉദ്വേഗജനകമായിട്ടുണ്ടുതാനും. ചിട്ടകളും നിയന്ത്രണങ്ങളും സൗകര്യങ്ങളും കൂടുതലുള്ള അബുദാബി ജീവിതം ഒരുപക്ഷേ ഇത്രതന്നെ സംഭവബഹുലമായിരിക്കാൻ ഇടയില്ല. എങ്കിലും അവിടത്തെ അനുഭവങ്ങൾ കൂടി പകർന്നു തരാൻ ജയൻ തുനിയുമെന്ന പ്രതീക്ഷയോടെ ഹ്രസ്വമായ ഈ കുറിപ്പ് അവസാനിപ്പിക്കട്ടെ.

■

ബോംബെയെ തൊട്ടറിയുമ്പോൾ

കലീനയിലെ ഇന്ത്യൻ എയർലൈൻസ് കോളനിയിലുള്ള ഫ്ളാറ്റിൽ ഇരുന്ന് ഉദയൻ ബോംബെയുടെ ഭൂമിശാസ്ത്രം പഠിപ്പിക്കുകയാണ്. ഒപ്പം ചേട്ടനും ഉണ്ട്. നാട്ടിൽ നിന്ന് ബോംബയിൽ വരുന്നവർക്കെല്ലാം ചേട്ടന്മാർ ആദ്യം പറഞ്ഞുകൊടുക്കുന്ന ചില വിവരങ്ങളുണ്ട്. തലമുറകളായി എല്ലാവരും പഠിപ്പിച്ചു കൊടുക്കുന്ന പ്രാഥമിക വിവരങ്ങൾ. ആദ്യം വന്നവർ പിന്നീട് വന്നവരെ പഠിപ്പിക്കുന്ന പാഠങ്ങൾ. ബോംബെയെ വേഗതയിൽ ചലിപ്പിക്കുന്ന ചാലകനാഡികൾ ആണ് ലോക്കൽ ട്രെയിൻസ്. പൊതുവെ എല്ലാവരും യാത്രയ്ക്കായി ആശ്രയിക്കുന്നതും ഈ തീവണ്ടികളെതന്നെ. അപ്പോൾ ഇവിടെ ജീവിക്കാൻ തുടങ്ങുമ്പോൾ ആദ്യം പഠിക്കേണ്ട പാഠവും അത്രതന്നെ. വിരാർ മുതൽ ചർച്ച് ഗേറ്റ് വരെ നീണ്ടുകിടക്കുന്ന വെസ്റ്റേൺ റെയിൽവേ. പിന്നെ അംബർനാഥിൽ നിന്നും വി.ടി. വരെ സെൻട്രൽ റെയിൽവേ. പീക്ക് ടൈമിൽ മൂന്ന് മിനുട്ടിനുള്ളിൽ ഒരു ട്രെയിൻ ഉണ്ടാവും. ഓരോ സ്റ്റേഷനിലും ഒരു മിനിറ്റ് നിർത്തും. അതിനിടെ കയറലും ഇറങ്ങലും എല്ലാം കഴിയണം. മൂന്ന്പേർക്ക് ഇരിക്കാവുന്ന സെക്കന്റ് ക്ലാസ് സീറ്റുകളിൽ നാലുപേർ ഒതുങ്ങി ഇരിക്കും. കമ്പാർട്ട്മെന്റിന്റെ മാർക്കിങ് നോക്കി കയറണം. ലേഡീസ് കമ്പാർട്ട്മെന്റിലും ഫസ്റ്റ്ക്ലാസ് കമ്പാർട്ട്മെന്റിലും തെറ്റി കയറരുത്. നമ്മൾ ഇറങ്ങേണ്ടതിന്റെ തൊട്ടു മുന്നിലുള്ള സ്റ്റേഷൻ ആവുമ്പോൾ പതുക്കെ ഡോറിന്റെ അടുത്തേക്ക് നീങ്ങി നിൽക്കാം.

കലീന വെസ്റ്റേൺ റൂട്ടിലുള്ള സാന്താക്രൂസിനും സെൻട്രൽ ലൈനിലെ കുർളയ്ക്കും മധ്യത്തിലാണ്. ഇവിടെ എത്താൻ ട്രെയിൻ ഇറങ്ങി വേറെ ബസ് പിടിക്കണം. ഒരു തുടക്കക്കാരന് അത്യാവശ്യം പരിഭ്രമം തരാൻ പറ്റിയ കുറെ വിവരങ്ങൾ ഒരുമിച്ചു കിട്ടി. ഡിഗ്രി പരീക്ഷ കഴിഞ്ഞപ്പോൾ, എന്നാൽ അടുത്ത കളം ബോംബെ ആകാമെന്ന് കരുതിയാണ് ഇവിടേക്ക് വന്നത്. എന്ത് ചെയ്യണം എന്നതിനെപ്പറ്റി വലിയ ധാരണ ഒന്നും ഇല്ല. ചേട്ടൻ പോസ്റ്റ് ഗ്രാജുവേഷൻ ചെയ്തത് ബോംബെയിൽ ആയിരുന്നു. അപ്പോൾ ഇനി എന്തെങ്കിലും പഠിക്കണമെങ്കിൽ

അത് ഇവിടെ ആകാമെന്ന് കരുതി. അത്യാവശ്യം കൂട്ടുകാരും കറക്കവും കല്ല്യാണങ്ങളും ഒക്കെ ആയി ബിരുദ പരീക്ഷയ്ക്ക് ശേഷം രണ്ടു മാസം കഴിച്ചുകൂട്ടി. അന്ന് മീശ വേണ്ടത്ര കറുത്ത് തുടങ്ങിയിട്ടില്ല. ഒരു കൊച്ചു പയ്യൻസ്. ബോംബെയ്ക്കു വണ്ടി കയറുന്ന ദിവസവും ഒരു ചങ്ങാതി യുടെ ചേച്ചീടെ കല്യാണം ഉണ്ടായിരുന്നു. അതുകൊണ്ട് യാത്ര അയ യ്ക്കാൻ ഒരു ഇരുപത് ആളെങ്കിലും തൃശൂർ റെയിൽവേ സ്റ്റേഷനിൽ വന്നിരുന്നു. അന്നൊക്കെ ആരെങ്കിലും യാത്ര പോകുന്നുണ്ടെങ്കിൽ എത്ര ആളുകളാണ് സ്റ്റേഷനിൽ എത്തുക? ചക്കയും തേങ്ങയും മാങ്ങയും നിറച്ച ബാഗുകളും പലരുടെ കൈയിലും കാണും. അധികം ബാഗ് ഉള്ളവർ അത് കയറ്റാൻ കൂലികളുടെ സഹായം തേടുന്നു. ആകെക്കൂടി ഒരു ബഹളം. എന്റെ കൈയിൽ ഏതോ കല്യാണത്തിന് തുണി വാങ്ങിയ പ്പോൾ കിട്ടിയ ഒരു തുകൽപെട്ടി ആയിരുന്നു. ആദ്യത്തെ ദീർഘദൂര യാത്ര.

ജയന്തിജനത. ഒരു തീവണ്ടിക്ക് ഇടാൻ പറ്റിയ എത്ര ജീവനുള്ള പേര്. എത്ര ആളുകളെയാണ് ജയന്തി ഓരോ ദിവസവും ചുമന്ന് കൊണ്ടു പോകുന്നത്. എത്ര സ്വപ്നങ്ങളാണ് ജയന്തി ഒളിപ്പിച്ചു വെച്ചിട്ടുള്ളത്? മുപ്പത്തിആറ് മണിക്കൂറിൽ കുറെയേറെ ദൂരം കറങ്ങി ജയന്തി എന്നെ ദാദറിൽ കൊണ്ടിറക്കി. പുലർച്ചെ മൂന്നരയ്ക്കാണ് ദാദറിൽ എത്തുന്നത്. ചേട്ടനും ഉദയനും വന്ന് എന്നെ കലീനയ്ക്ക് കൊണ്ടുപോയി. ഇവരെ നാട്ടിൽ നിന്നും യാത്ര അയയ്ക്കാൻ പോയത് ഞാൻ ആയിരുന്നു. ഇപ്പോൾ അവരുടെ ഊഴം ആണ്. സർക്കാർ തരുന്ന ക്വാർട്ടേഴ്സുകളിൽ പേയിങ് ഗസ്റ്റ് ആയി താമസിച്ചാണ് പലരും നഗരങ്ങളിൽ ജീവിതം തുടങ്ങുന്നത്. പേയിങ് ഗസ്റ്റിന്റെ മലയാളം എന്താണാവോ? പണം തരുന്ന വിരുന്നുകാരൻ. കുട്ടിയായിരിക്കുമ്പോൾ ചില വിരുന്നുകാർ തരുന്ന നാണയത്തുട്ടുകൾ മനസ്സിൽ വന്നു. ഹൗസ് ഓണർ ഗുപ്താജി എന്ന ഭയ്യാ, പിന്നെ ഒരു മുറിയിൽ രവീന്ദ്രനാഥ്സിംഗ് എന്ന കസ്റ്റംസ് ഉദ്യോഗസ്ഥൻ. മൂന്നാമത്തെ മുറിയിൽ ഉദയനും ചേട്ടനും. ഇത് താത് കാലിക സംവിധാനം ആയിരുന്നു. ഞങ്ങൾ വേറെ പുതിയ സ്ഥല ത്തേക്ക് ഉടൻ മാറുമെന്ന് ചേട്ടൻ പറഞ്ഞു. നാട്ടിൽ നിന്ന് കൊണ്ടു വന്ന കായ വറുത്തത് എല്ലാരുംകൂടി ചൂടപ്പംപോലെ തിന്നുതീർത്തു. സന്തോഷസൂചകമായി സിംഗ് ഒരു പെർഫ്യൂം ബോട്ടിൽ എനിക്ക് സമ്മാനിച്ചു.

ഉദയൻ എന്നെ നഗരത്തിന്റെ നടുവിലേക്ക് കൊണ്ടുപോകാമെന്ന് പറഞ്ഞു. കഥകളിലും സിനിമകളിലും കണ്ടിട്ടുള്ള ബോംബെ പട്ടണ ത്തിന്റെ ഹൃദയം അങ്ങ് തെക്ക് ഭാഗത്താണ് കിടക്കുന്നത്. വി.ടി. എന്ന് പറയുന്ന വിക്ടോറിയ ടെർമിനസ്. ഇന്ന് ആ സ്റ്റേഷന്റെ പുതിയ പേർ സി.എസ്.ടി എന്നാണ്. ഇന്ത്യയിലെ ആദ്യതീവണ്ടി ഓടിത്തുടങ്ങിയത്

ബോറിബന്ദർ എന്ന് വിളിച്ചിരുന്ന ഇവിടെ നിന്നാണ്. പ്രൗഢഗംഭീര മായ ഒരു റെയിൽവേ സ്റ്റേഷൻ.

വി.ടി. സ്റ്റേഷനിൽ നിന്ന് പുറത്തിറങ്ങി ഡി.എൻ റോഡിലൂടെ നടന്ന് ഫ്ളോറ ഫൗണ്ടൻ. അതിന് എതിർവശത്തായി ദാദാഭായ് നവറോജി യുടെ പ്രതിമ. ഈ റോഡിനു ഗ്രാൻഡ് ഓൾഡ്മാൻ ഓഫ് ഇന്ത്യ എന്ന് പറയുന്ന ഇദ്ദേഹത്തിന്റെ പേരാണ് ഇട്ടത്. കുറച്ചുമാറി ഫോർട്ട് ഏരിയ യിൽ ബ്രിട്ടീഷ് രാജിനെ ഓർമ്മിപ്പിക്കുന്ന കെട്ടിടങ്ങൾ. പിന്നെ ബോംബെ സ്റ്റോക്ക് എക്സ്ചേഞ്ച് ബിൽഡിംഗ്. കുറച്ചു കൂടി നടന്നാൽ ഗേറ്റ് വേ ഓഫ് ഇന്ത്യ. ജോർജ് മഹാരാജാവിന് ഇന്ത്യയിലേക്കു കയറാൻ പണിത കവാടം. ഫുട്പാത്തിൽ എവിടെ നിന്നോ ഒരു പാവ് ബാജി കഴിച്ച് അന്നത്തെ ബോംബെ സിറ്റി ഇൻട്രോഡക്ഷൻ അവസാനിപ്പിച്ചു. തിരിച്ചു ട്രെയിനിൽ കുർളയിലേക്കും മുന്നൂറ്റി പതിനൊന്ന് ബസ് പിടിച്ചു കലീന യിലേക്കും.

രാത്രി ഓഫീസിൽ നിന്നും വന്നതിനുശേഷം ചേട്ടന്റെ വക ട്രെയി നിങ് തുടർന്നു. എല്ലാ സ്റ്റേഷനിലും കിഴക്കും പടിഞ്ഞാറും ഉണ്ടെന്ന സാമാന്യതത്ത്വം. ചേട്ടന്റെ വക പുതിയ അറിവ്. ബോംബെ ട്രെയിനു കൾ എല്ലാം രാവിലെ വടക്കുനിന്ന് തെക്കോട്ടാണ് ഒഴുക്ക്. വൈകുന്നേര ങ്ങളിൽ ജോലി കഴിഞ്ഞു തിരിച്ചും. അപ്പോൾ ഓരോ സ്ഥലങ്ങളേയും ഈസ്റ്റും വെസ്റ്റും ആയി തിരിക്കുന്നത് ഈ റെയിൽവേ സ്റ്റേഷനുകൾ ആണ്. ചേട്ടൻ, കാര്യങ്ങൾ എല്ലാം കൃത്യമായി പഠിപ്പിക്കുന്ന കൂട്ടത്തി ലാണ്. വി.ടി. മുതൽ കുർളവരെയുള്ള എല്ലാ സ്റ്റേഷനുകളുടെ പേരുകൾ ഒരു കടലാസ്സിൽ എഴുതിത്തന്നു. തുടക്കത്തിൽ കുറച്ചു ചെറിയ സ്റ്റേഷൻസ്. പിന്നെ പ്രധാന സ്റ്റേഷൻ. ദാദർ കഴിഞ്ഞാൽ സയോൺ. പിന്നെ കുർള. വി.ടി.യിൽ നിന്നുള്ള ഫാസ്റ്റ് ട്രെയിനും കുർളയിൽ നിർത്തും. അപ്പോൾ ഇന്ന് പോയ റൂട്ടിൽ തന്നെപോയി വരാൻ ഒരു ബുദ്ധിമുട്ടും ഉണ്ടാവില്ല. ചേട്ടൻ ധൈര്യം പകർന്നു.

അടുത്ത ദിവസം ഇത് പരീക്ഷിച്ചു നോക്കാൻ തീരുമാനിച്ച് ഞാൻ പുറത്തിറങ്ങി. കിറുകൃത്യം ഞാൻ വി.ടി. സ്റ്റേഷനിൽ എത്തി. പുറത്തി റങ്ങി വെറുതെ കുറച്ചു നടന്നു. വി.ടി. സ്റ്റേഷന് പുറത്തു ഫുട്പാത്ത് കച്ചവടക്കാർ പലരും അന്ന് മലയാളികൾ ആണ്. വി.ടി. സ്റ്റേഷന് അരി കിൽ ബസ് ഡിപ്പോയ്ക്ക് അടുത്തുള്ള മതിലിനോട് ഓരം ചാരി പല തരം വഴിവാണിഭക്കാർ. ചെരുപ്പുകുത്തികൾ, ഷൂ പോളിഷ് ചെയ്യുന്നവർ, ഭാഗ്യം പ്രവചിക്കുന്നവർ, പിന്നെ കാൻ സാഫ്വാലാസ്. ചുവന്ന തല പ്പാവണിഞ്ഞ് ഒരു ശ്രുതിപ്പെട്ടി പോലെ ഒരു പെട്ടിയും കഴുത്തിൽ തൂക്കി ഇരിക്കുന്നവരാണ് കാൻ സാഫ്വാലാസ്. അവരുടെ കൈയിലുള്ള ചെറിയ ഉപകരണങ്ങൾ കൊണ്ട് മറ്റുള്ളവരുടെ ചെവിയിലെ അഴുക്ക് എടുക്കുന്നവർ. റോഡിൽ അണിഞ്ഞൊരുങ്ങി അനുഗ്രഹം തന്ന് കൈ

കൊട്ടി കാശു ചോദിക്കുന്ന ഹിജഡകളെ കണ്ടു. എത്ര എത്ര വിചിത്ര ജീവിതമാർഗ്ഗങ്ങൾ? അവരെ എല്ലാം ഉൾക്കൊള്ളുന്ന ഒരു മഹാനഗരം. സ്റ്റേഷന് പുറത്ത് കുറച്ചു കറങ്ങി തിരിച്ചു വന്നു ട്രെയിനിൽ കയറി.

ചേട്ടന്റെ ലിസ്റ്റ് ഭദ്രമായി പോക്കറ്റിൽതന്നെ ഉണ്ടായിരുന്നു. ബോംബെയിലെ പോക്കറ്റടിക്കാരെപ്പറ്റി ഒട്ടേറെ കഥകൾ നാട്ടിൽ നിന്നേ കേട്ടിരുന്നു. അതുകൊണ്ട് വളരെ കരുതലോടെ ആണ് ഇരുന്നത്. മൂന്ന് നാല് സ്റ്റേഷനുകൾ കഴിഞ്ഞു. ഒന്നും പൊരുത്തപ്പെടുന്നില്ല. എനിക്ക് ഉള്ളിൽ കുറച്ചു ഭയം കയറിത്തുടങ്ങിയിരുന്നു. ഒരു ബന്ധവും ഇല്ലാത്ത പേരുകൾ. ശിവ്രി, വഡാല. ഒന്നും ഇന്നേവരെ കേട്ടിട്ടില്ല. രണ്ടു ഗുരുക്കന്മാർ പറഞ്ഞുതന്നത് വീണ്ടും ഓർത്തു. ലിസ്റ്റ് വീണ്ടും നോക്കി. എന്തു വന്നാലും അടുത്ത സ്റ്റേഷനിൽ ഇറങ്ങാം. ചുനാബട്ടി എന്ന അടുത്ത സ്റ്റേഷനിൽ ഇറങ്ങി. അവിടെ അടുത്തുള്ള ബസ്സ്റ്റോപ്പിലേക്ക് നടന്നു. അവിടെ നിന്ന് ഒരു ബസ് പിടിച്ചു ബാന്ദ്രയിലേക്കും പിന്നെ തിരിച്ചു കുർളയിലേക്കും വന്നു. ഒരു പത്തു കിലോമീറ്റർ കൂടുതൽ കറങ്ങി.

വൈകീട്ട് വീട്ടിൽ എത്തിയപ്പോഴാണ് ആ പുതിയ അറിവ് കിട്ടിയത്. ഹാർബർ ലൈൻ എന്ന ഒരു റെയിൽ വേ ലൈൻ കൂടി അന്ന് ബോംബെയിൽ ഉണ്ട്. ഇന്ന് നവി മുംബൈ ട്രെയിൻസ് അത് വഴി ആണ് പോകുന്നത്. അതിലൂടെ വരുമ്പോൾ ചുനാബട്ടി കഴിഞ്ഞാൽ കുർള. അത് ആരോടും ചോദിക്കാത്തതുകൊണ്ട് പറ്റിയ ഒരു 'ചിന്ന അബദ്ധം'.

ബോംബെയെ തൊട്ടറിയാൻ എത്രയെത്ര അനുഭവങ്ങൾ ഇനിയും പതിയിരിക്കുന്നു.

ഒരു അസുലഭ മുഹൂർത്തം

ബോംബെ അന്റോപ് ഹില്ലിലെ ഫ്ളാറ്റിൽ അലസമായി കഴിച്ചുകൂട്ടിയ ഒരു പ്രഭാതം. വർഷം ആയിരത്തി തൊള്ളായിരത്തി എൺപത്തിനാല്. ടൈംസ് ഓഫ് ഇന്ത്യ പത്രത്തിൽ വന്ന ആ കൊച്ചുവാർത്ത എന്റെ ശ്രദ്ധയിൽ പെട്ടു. ഈ നൂറ്റാണ്ടിലെ എണ്ണപ്പെട്ട ഫിലോസഫർ ആയ ജിദ്ദു കൃഷ്ണമൂർത്തിയുടെ ബോംബെ സന്ദർശനത്തെപ്പറ്റിയുള്ള വാർത്ത ആയിരുന്നു അത്.

അമേരിക്കയിലെ കാലിഫോർണിയയിൽ (ഒജായ്) താമസിക്കുന്ന കൃഷ്ണമൂർത്തിക്കു അന്ന് പ്രായം എൺപത്തി എട്ടു വയസ്സ്. വർഷത്തിൽ അദ്ദേഹം കുറച്ചു കാലം അമേരിക്കയിലും പിന്നെ ഇന്ത്യയിലും യൂറോപ്പിലും ചിലവിടും. അവിടെയെല്ലാം പൊതുപരിപാടികൾ ഉണ്ടാവും. ചില ഇടങ്ങളിൽ കൃഷ്ണമൂർത്തി സ്കൂളുകളിൽ, കുട്ടികളുമായി സമയം പങ്കിടും. ഇത്തവണ ബോംബയിൽ മൂന്ന്നാലു ദിവസത്തെ പൊതു പരിപാടികൾ ഉണ്ടത്രേ.

വി.ടി. സ്റ്റേഷനടുത്തുള്ള ജെ.ജെ. സ്കൂൾ ഓഫ് ആർട്സ് എന്ന കോളേജിൽ ആണ് പരിപാടി നടക്കുന്നത്. താൻ കണ്ടതിൽ വെച്ച് ഏറ്റവും സുന്ദരമായ മുഖം എന്ന് വിശ്വപ്രസിദ്ധ സാഹിത്യകാരൻ ബെർണാഡ്ഷാ വിശേഷിപ്പിച്ച ഇരുപതാം നൂറ്റാണ്ടിലെ എണ്ണപ്പെട്ട ഒരു തത്വചിന്തകൻ ആയിരുന്നു കൃഷ്ണമൂർത്തി. ജെ.കെ. എന്ന ചുരുക്കപ്പേരിൽ അറിയപ്പെട്ടിരുന്ന ജിദ്ദു കൃഷ്ണമൂർത്തിയെപ്പറ്റി അപ്പോഴാണ് കൂടുതൽ വായിച്ചത്. വായിച്ചപ്പോൾ എന്തായാലും കാണണമെന്ന് തോന്നി.

1895 മെയ് പതിനൊന്നാം തിയതി ആന്ധ്രാപ്രദേശിലെ മദനപ്പള്ളിയിൽ ഒരു ബ്രാഹ്മണ കുടുംബത്തിൽ എട്ടാമത്തെ പുത്രനായി കൃഷ്ണ ജനിച്ചു. താൻ പേറുന്ന ദിവ്യഗർഭത്തെ അമ്മ സഞ്ജീവമ്മ, പ്രസവിച്ചത് പൂജാമുറിയിൽ ആയിരുന്നു. സംഭവബഹുലമായ കൃഷ്ണയുടെ ജീവിതകഥ ആരെയും അത്ഭുതപ്പെടുത്തുന്ന നാടകീയ മുഹൂർത്തങ്ങൾ നിറഞ്ഞതാണ്.

ഇരുപതാം നൂറ്റാണ്ടിന്റെ തുടക്കത്തിൽ തിയോസഫിക്കൽ സൊസൈറ്റി ലോകഗുരുവായി ഒരു യുഗപുരുഷൻ അവതരിക്കുമെന്ന് വിശ്വസിച്ചിരുന്നു. മൈത്രേയബുദ്ധന്റെ അവതാരത്തിനു പറ്റിയ ഒരു ശരീരം തേടിയുള്ള യാത്രയിൽ മദ്രാസിലെ അഡയാർ കടപ്പുറത്തു വെച്ച് 'ലെഡ്ബീറ്റർ' കൃഷ്ണയെയും അനിയൻ നിത്യയെയും കാണുമ്പോൾ കൃഷ്ണയുടെ പ്രഭാവലയം ഒരു ലോകഗുരുവിനു ചേർന്നതാണെന്ന് ലെഡ്ബീറ്റർ തിരിച്ചറിഞ്ഞു. അഹം തൊട്ടുതീണ്ടാത്ത പ്രകൃതം. അപ്പോൾ കൃഷ്ണയുടെ പ്രായം പതിമൂന്ന്. കൃഷ്ണയെയും നിത്യയെയും ആനിബസന്റ് ദത്തെടുത്ത് ലണ്ടനിലും പാരിസിലും അയച്ചു പഠിപ്പിക്കുമ്പോൾ തിയോസഫിക്കൽ സൊസൈറ്റി ലോകഗുരുവിനുള്ള അരങ്ങൊരുക്കുകയായിരുന്നു.

ഗുരുവായി അവരോധിക്കാൻ 'ഓർഡർ ഓഫ് ദി സ്റ്റാർ ഇൻ ഈസ്റ്റ്' എന്ന ഒരു പ്രസ്ഥാനവും അവർ തുടങ്ങി. യൂറോപ്പിലും അമേരിക്കയിലും ആയിരങ്ങൾ അംഗങ്ങളായ വലിയ സംഘം അനുനിമിഷം വളർന്നു. ഹോളണ്ടിൽ ഏതോ ധനിക അഞ്ഞൂറ് ഏക്കർ സ്ഥലവും കൊട്ടാരവും കൃഷ്ണമൂർത്തിക്ക് സമ്മാനിച്ചു എന്നറിയുമ്പോൾ സംഘത്തിന്റെ വളർച്ചയെപ്പറ്റി ഏകദേശ ചിത്രം ലഭിക്കും. നാല്പതോളം രാജ്യങ്ങളിൽ ഈ പ്രസ്ഥാനത്തിന് ശാഖകൾ ഉണ്ടായി. അനവധി ഭാഷകളിൽ പ്രസിദ്ധീകരണങ്ങളും. പുതിയ മിശിഹായുടെ കാത്തിരിപ്പിൽ ആയിരുന്നു അവർ.

തൊള്ളായിരത്തി ഇരുപത്തി ഒമ്പതിൽ, കൃഷ്ണമൂർത്തി തനിക്ക് കിട്ടിയ സ്വത്തുക്കൾ തിരിച്ചു കൊടുത്തുകൊണ്ട് 'ഓർഡർ ഓഫ് ദി സ്റ്റാർ' പിരിച്ചുവിട്ടതായി പ്രഖ്യാപിച്ചു.

''സത്യം ഒരു വീഥിയില്ലാഇടമാണ്. ഒരു സംഘടനയ്ക്കോ വിശ്വാസത്തിനോ മതത്തിനോ ഗുരുവിനോ സത്യത്തിലേക്ക് നയിക്കാൻ കഴിയുകയില്ല. സത്യം കണ്ടെത്താൻ പരിപൂർണ്ണസ്വാതന്ത്ര്യം അനിവാര്യമാണ്.'' തന്നെ ദൈവപുരുഷനായി വളർത്തിക്കൊണ്ടു വന്ന തിയോസോഫിക്കൽ സൊസൈറ്റിയിൽ നിന്ന് ജെ.കെ. ഒറ്റയാനായി ഇറങ്ങിത്തിരിച്ചു. രാജ്യം ഉപേക്ഷിച്ചു സത്യം തേടി ഇറങ്ങിയ സിദ്ധാർത്ഥനെപോലെ.

പിന്നീടുള്ള അമ്പതുവർഷങ്ങളിൽ ജെ.കെ. എല്ലാവർഷവും അമേരിക്കയിലും യൂറോപ്പിലും ഇന്ത്യയിലും ചർച്ചകളിൽ പങ്കെടുത്തു. ഇന്ത്യയിൽ പല പ്രമുഖരും കൃഷ്ണമൂർത്തിയുടെ വാക്കുകളെ കാര്യമായി എടുത്തിരുന്നു. അടിയന്തരാവസ്ഥ പിൻവലിച്ചു തെരഞ്ഞെടുപ്പ് നടത്താൻ ശ്രീമതി ഇന്ദിരാഗാന്ധിയെ ഉപദേശിച്ചത് ജെ.കെ. ആണെന്ന് പുപുൽ ജയ്കർ രേഖപ്പെടുത്തിയിട്ടുണ്ട്.

ആ വർഷം നാലു സായാഹ്നങ്ങളിൽ ആണ് ബോംബയിൽ പൊതുപരിപാടികൾ ഉണ്ടായിരുന്നത്. വി.ടി. സ്റ്റേഷന് അടുത്തുള്ള ജെ.ജെ. സ്കൂൾ ഓഫ് ആർട്സിൽ ആയിരുന്നു പൊതുപരിപാടി. വി.ടി. സ്റ്റേഷനിൽ നിന്നും

പുറത്തിറങ്ങി ടൈംസ് ഓഫ് ഇന്ത്യയുടെ ഓഫീസ് കഴിഞ്ഞാണ് വളരെ പഴക്കമേറിയ ജെ.ജെ. സ്കൂൾ ഓഫ് ആർട്സ്. എം.എഫ്. ഹുസൈനെ പോലെ അനവധി പ്രതിഭകൾ പഠിച്ചിറങ്ങിയ കലാലയം. ജംഷെഡ്ജി ജിജിബോയ് എന്ന പാർസി ബിസിനസ്സുകാരൻ ബോംബെ നഗരത്തിന് നൽകിയിട്ടുള്ള അനേക സംഭാവനകളിൽ ഒന്ന് മാത്രമാണ് ഈ കോളേജ്. നഗരമധ്യത്തിലുള്ള ഒരു നല്ല ക്യാമ്പസ്.

വൈകുന്നേരം കോളേജിലുള്ള ഒരു മരത്തിന്റെ താഴെ കെട്ടിപ്പൊക്കിയ തറയിൽ കൃഷ്ണാജി ഇരുന്നു. ഖലീൽ ജിബ്രാൻ ജെകെയെപ്പറ്റി എഴുതിയത് ഓർത്തു. ‘‘അദ്ദേഹം മുറിയിൽ വന്നപ്പോൾ ഞാൻ മന്ത്രിച്ചു. സ്നേഹത്തിന്റെ തമ്പുരാൻ ഇതാ എത്തി.’’

മെലിഞ്ഞു നീളത്തിലുള്ള ശരീരപ്രകൃതി. കുർത്തയും പൈജാമയും ആണ് വേഷം. ശാന്തമായ മുഖം. അൽപ്പം വിറയൽ ഉള്ളതുപോലെ തോന്നി. മുഖം തിരിക്കുമ്പോൾ ശരീരം മൊത്തം തിരിയും. ഇടയ്ക്ക് എന്തെങ്കിലും തമാശകൾ പറഞ്ഞു ചിരിക്കും. ചിലപ്പോൾ കണ്ണടച്ച് ചിന്തയിൽ മുഴുകും. നരച്ച തലമുടികൾ പ്രത്യേക രീതിയിൽ ആണ് ഒതുക്കി വെച്ചിട്ടുള്ളത്. കുറച്ചു പേർ നിലത്തു ചമ്രം പടിഞ്ഞിരുന്നു. മറ്റു ചിലർ കസേരകളിൽ. കാണാൻ സൗകര്യത്തിന് കുറച്ചു ഉയരത്തിലാണ് ഇരിപ്പിടം ഒരുക്കിയിരുന്നത്. ഞങ്ങളുടെ കൂട്ടത്തിൽ ഒട്ടനവധി വിദേശികളും ഉണ്ടായിരുന്നു. ജനക്കൂട്ടത്തിൽ പരിപൂർണ്ണ നിശ്ശബ്ദത. സമൂഹത്തിന്റെ പലതട്ടിൽ ഉള്ളവർ ഒരുമിച്ചിരുന്നു ഒന്നിന് പുറകെ ഒന്നായി ചോദ്യങ്ങളുടെ ഒരു പേമാരിയാണ് സദസ്സിൽ അദ്ദേഹം ചൊരിഞ്ഞത്. സ്വയം ഉത്തരം കണ്ടെത്താനുള്ള ചോദ്യങ്ങൾ. ദുഃഖസംഹാരിണികളായ ഉത്തര കാപ്സ്യൂളുകൾ തേടിപ്പോയ ചിലരെങ്കിലും നിരാശരായിക്കാണും. വക്താവ് എന്ന പദമാണ് സ്വയം വിശേഷിപ്പിക്കാൻ സുലഭമായി ഉപയോഗിച്ചത്. വർഷങ്ങൾക്ക് മുമ്പ് ലെഡ് ബീറ്റർ കണ്ടെടുത്ത ബാലന്റെ സവിശേഷതയും അതുതന്നെയായിരുന്നു. ഈഗോ തൊട്ടുതീണ്ടാത്ത പ്രകൃതം. എല്ലാറ്റിനെയും സസൂക്ഷ്മം വീക്ഷിക്കാനുള്ള പാടവം. ചോദ്യം ആദ്യം എറിഞ്ഞു തരും. പ്രഭാഷണം എന്ന് പറയാൻ പറ്റില്ല. ഒരു സംഭാഷണം. എല്ലാവരെയും ചിന്തിപ്പിക്കാൻ പ്രേരിപ്പിക്കുന്ന തരത്തിലുള്ള ഒരു ശൈലി. സൗഹൃദസംഭാഷണം എന്നാണ് കൃഷ്ണമൂർത്തി ഇതിനെ വിളിക്കുന്നത്.

‘‘ഞാൻ നിങ്ങൾക്ക് ഒരു കണ്ണാടി മാത്രമാണ്. നിങ്ങളുടെ ജീവിതത്തിന്റെ പ്രതിബിംബത്തെ അതിൽ കണ്ടെത്താൻ ശ്രമിക്കുക. ഉപയോഗത്തിന് ശേഷം ദർപ്പണത്തെ വലിച്ചെറിയുക. നിങ്ങൾ ദർപ്പണത്തെ എത്രയും ആശ്രയിക്കുന്നുവോ അത്രയും നിങ്ങളുടെ പരാധീനതയെ കുറിക്കുന്നു.’’

എവിടെയോ വായിച്ച ജെ.കെ. വചനങ്ങൾ. നിരന്തരം ചോദ്യങ്ങൾ ചോദിക്കുമ്പോൾ ചോദ്യങ്ങൾക്ക് ജീവനുണ്ടാകുമെന്നും അവ അന്തരീക്ഷത്തിൽ പറന്നു നടക്കുമെന്നും ജെ.കെ. പറയുന്നു. നിങ്ങളുടെ ചോദ്യത്തിൽ തന്നെ നിങ്ങളുടെ ഉത്തരവും ഉണ്ട്. ഇതുപോലെ ഒരു ശബ്ദം എവിടെയോ കേട്ടിട്ടുണ്ടല്ലോ? അതെ. ഏതൻസിന്റെ തെരുവീഥികളിൽ നിലവിലുള്ള സംവിധാനങ്ങളെ എല്ലാം ചോദ്യം ചെയ്തു അലഞ്ഞു നടന്ന സൊക്രെറ്റസിന്റെ ശബ്ദംപോലെ.

''സന്തുഷ്ടരാകാൻ നാം മതങ്ങൾ ചമയ്ക്കണോ, സ്നേഹിക്കാൻ നമ്മൾ ആരാധനാലയങ്ങൾ പണിയണോ? ദേവാലയങ്ങളുടെ ഇടുങ്ങിയ കോണുകളിലോ സമൂഹത്തിലെ ചടങ്ങുകളിലോ വിജ്ഞാനശേഖരങ്ങളിലോ നിങ്ങൾക്ക് സത്യത്തെ കണ്ടെത്താൻ കഴിയുകയില്ല. ഗുരുക്കന്മാരെല്ലാം സത്യത്തെ താഴേയ്ക്കിറക്കുന്നവരാണ്. സത്യം നിങ്ങളിൽ തന്നെയാണുള്ളത്.'' സ്വതന്ത്രമായി ചിന്തിക്കാൻ ജെ.കെ. പ്രേരിപ്പിക്കുന്നു. പരിപാടി കഴിഞ്ഞു വി.ടി. സ്റ്റേഷനിൽ നിന്നും യാത്ര തിരിച്ചപ്പോൾ ട്രെയിനിൽ കുറച്ചു രജനീഷിന്റെ ശിഷ്യന്മാർ ഉണ്ടായിരുന്നു. അവർ ഡൽഹിയിൽ നിന്നും ജെ.കെയെ ശ്രവിക്കാൻ വേണ്ടി മാത്രം ബോംബെയിൽ വന്നതാണ്. അവരുമായി സംസാരിച്ചിരുന്നപ്പോൾ ഞാൻ ഇറങ്ങുന്ന സ്ഥലംപോലും വിട്ടുപോയി. അത്രയും രസകരമായിരുന്നു ആ സംഭാഷണം.

അവർ പറയുന്നു: ''ഈ നൂറ്റാണ്ടിലെ ബുദ്ധനെയാണ് നിങ്ങൾ ഇന്ന് കണ്ടത്.''

കൃഷ്ണമൂർത്തിയുടെ ജീവചരിത്രം എഴുതിയ പുപുൽ ജയ്കറിനെ കാണാൻ അനിയൻ സുമനുമായി അവരുടെ മലബാർ ഹില്ലിലെ വസതിയിൽ പോയതും ഓർമ്മ വരുന്നു.

''നിങ്ങൾ വിശ്വാസം, ദേശീയത, ആചാരം എന്നീ പേരുകളിൽ വേർതിരിക്കാൻ നോക്കുമ്പോൾ അത് സംഘർഷം ഉണ്ടാക്കുന്നു. സംഘർഷങ്ങളുടെ കാരണം തേടുന്ന ഒരാൾ ഒരു രാജ്യത്തിന്റേയോ മതത്തിന്റെയോ രാഷ്ട്രീയപാർട്ടിയുടേയോ ഏതെങ്കിലും വിഭാഗത്തിന്റെയോ പരിധികളിൽപെടുന്നില്ല. അയാളുടെ ലക്ഷ്യം മാനവികതയുടെ സംഘർഷം മനസ്സിലാക്കാൻ ആവണം.''

വിദ്വേഷങ്ങൾ പെറ്റുപെരുകുന്ന ഈ കാലത്ത് ജെ.കെയുടെ ഈ വാക്കുകൾക്ക് പ്രാധാന്യം ഏറെയുണ്ട്.

ഡെസ്റ്റിനേഷൻ വെഡ്ഡിങ്

ബോാംബെയിൽ വന്ന് രണ്ട് ആഴ്ചയ്ക്കു ശേഷം പുതിയ താമസ സ്ഥലം കണ്ടുപിടിച്ചു. അന്റോപ് ഹില്ലിലെ സി.ജി.എസ്. കോളണിയിൽ സെക്ടർ സെവനിൽ ആണ് ഞങ്ങളുടെ പുതിയ വാസസ്ഥലം. ചർച്ച് സ്റ്റോപ്പിൽ നിന്നും ജോപ്പടകൾക്കിടയിലൂടെ (ചേരികൾ) നടന്ന് വേണം അങ്ങോട്ട് പോകാൻ. മൂന്ന് സഹമുറിയന്മാരും രാവിലെ ജോലിക്ക് പോകും. ചേട്ടനും തോമസും ഫിലിപ്പും. എനിക്ക് ഈവനിംഗ് ക്ലാസ്സ് ആയതു കൊണ്ട് പകൽ റിലാക്സ്ഡ് ആണ്. അതുകൊണ്ടു രാവിലെ ഓരോ കാര്യങ്ങൾക്കായി ചിലപ്പോൾ പുറത്തിറങ്ങാറുണ്ട്.

മഹാരാഷ്ട്രയിലെ പടിഞ്ഞാറൻ പ്രദേശങ്ങളിൽ നിന്നും വരുന്ന നാടോടികളാണ് പൊട്ട്രാജ്സ് (pothurajus). കടുത്ത സ്വയം പീഡന മാണ് ഇവരുടെ അനുഷ്ഠാനരീതി. കുട്ടിയായിരിക്കുമ്പോൾ തന്നെ പരി ശീലനം തുടങ്ങും. ഒരു വലിയ കമ്പക്കയറുകൊണ്ട് ഉണ്ടാക്കിയ കട്ടി കൂടിയ നീളൻ ചാട്ടവാറുകൊണ്ട് സ്വയം പുറത്തു അടിച്ചാണ് ഇവരുടെ അഭ്യാസപ്രകടനം. ഈ കൂട്ടർ ഇടയ്ക്ക് ഭിക്ഷ യാചിക്കാൻ കോളണി യിൽ വരാറുണ്ട്. കൊട്ടുമായി. ഒപ്പം മിക്കവാറും അയാളുടെ ഭാര്യയും മക്കളും കാണും. ചെറിയ കുട്ടികൾ ചെറിയ ചാട്ടവാറുമായി കൂടെ കാണും.

വേറെ ഒരു കൂട്ടർ വരുമ്പോൾ അവരുടെ കൂടെ ചില അത്ഭുത പശു ക്കൾ ഉണ്ടാവും. ജന്മനാ വൈകല്യം സംഭവിച്ച പശുക്കളുടെ ശരീര ത്തിൽ ചിലപ്പോൾ ഒന്നോ രണ്ടോ കാലുകൾ തൂങ്ങി കിടക്കുന്നത് കാണാം. അവയെ കൂടെ കൊണ്ട് നടന്നാണ് അവർ ഭിക്ഷയ്ക്ക് ഇറ ങ്ങുന്നത്. നഗരങ്ങളിൽ വരുന്ന ഗ്രാമീണർ കണ്ടെത്തുന്ന ഓരോ ജീവിത മാർഗ്ഗങ്ങൾ.

ചിലപ്പോൾ ഞാൻ അടുത്തുള്ള മഹേശ്വരി ഉദ്യാൻ (കിംഗ് സർ ക്കിൾ) വരെ നടക്കും. ഫുട്പാത്തുകളിൽ കിട്ടുന്ന സെക്കന്റ് ഹാൻഡ് ബുക്സ് വാങ്ങാൻ അവിടെ പോകാറുണ്ട്. പിന്നെ മാട്ടുംഗയിലെ കേരള സമാജത്തിലെ ആയുർവേദ മരുന്നു കട, അവിടെ തിലകേട്ടന്റെയും വി.ടിയുടെയും നേതൃത്വത്തിൽ നടക്കുന്ന സാഹിത്യവേദിയുടെ ചർച്ചകൾ,

ഷണ്മുഖാനന്ദഹാളിലെ കലാപരിപാടികൾ. വല്ലപ്പോഴും മലയാളം സിനിമ പ്രദർശിപ്പിക്കുന്ന അറോറ തീയറ്റർ. കോളനിയിലെ വിരസതകൾ അകറ്റാൻ ഇടയ്ക്ക് ഇവിടങ്ങളിൽ കറങ്ങിവരും. മഹേശ്വരി ഉദ്യാനിൽ നിന്ന് മാട്ടുംഗ പോകുന്ന റോഡരുകിൽ കൊച്ചു ഗുരുവായൂർ അമ്പലത്തിന് സമീപം പശുവുമായി ഇരിക്കുന്ന ഒരു സ്ത്രീയെ കാണാറുണ്ട്. അവരുടെ കൈയിൽ പശുവിനു കൊടുക്കാനുള്ള പുല്ലും കാണും. ആളുകൾ അവർക്ക് കാശു കൊടുത്തു പുല്ലുവാങ്ങി പശുവിനു തിന്നാൻ കൊടുക്കും. പിന്നെ തൊട്ടുതൊഴുതു നടന്നുപോകും. സ്വന്തം പശു ഇല്ലെങ്കിൽ ദിവസ വാടകയ്ക്ക് പശുവിനെ കൊണ്ടുവന്ന് ഈ ഏർപ്പാട് നടത്തുന്നവരും ചില ഇടങ്ങളിൽ ഉണ്ടത്രേ. വിശ്വാസത്തിന്റെ ഓരോ നേർക്കാഴ്ചകൾ. ഇത്തരം കാഴ്ചകൾ ബോംബെയിൽ പല സ്ഥലങ്ങളിലും കാണാം. സ്റ്റോക്ക് എക്സ്ചേഞ്ച് ബിൽഡിങ്ങിനു അടുത്ത് പോലും ഇങ്ങനെ പശുവുമായി ഇരിക്കുന്ന സ്ത്രീകളെ കണ്ടിട്ടുണ്ട്.

സായാഹ്നങ്ങളിൽ ഞങ്ങൾ കൂട്ടുകാരുമൊത്തു ഇടയ്ക്കു സയോൺ ഹിൽലോക്ക് ഫോർട്ടിലേക്കു നടക്കും. ഉയരങ്ങളിൽ നിന്ന് അസ്തമയം കാണാൻ നല്ല ഭംഗിയാണ്. അവിടേക്കു പോകുന്ന വഴിയിലാണ് ഹിജഡകളുടെ (ട്രാൻസ്ജെൻഡേർസ്) കോളനിയും അമ്പലവും ഉള്ള സയോൺ കോളിവാഡ. ഗർഭിണികൾ ഉള്ള വീടുകളിൽ അനുഗ്രഹം നൽകാനെത്തുന്ന അവർ കോളണിയിലെ നിത്യസന്ദർശകരാണ്.

ഇടിഞ്ഞു പൊളിഞ്ഞ ഒരു കോട്ടയാണ് സയോൺ ഹിൽലോക് ഫോർട്ട്. മുന്നൂറ് വർഷങ്ങൾക്കു മുമ്പ് പോർട്ടുഗീസുകാർ കാതറിൻ രാജകുമാരിക്ക് ഇംഗ്ലണ്ടിലെ ചാൾസ് രാജകുമാരന് ബോംബെ നഗരം സ്ത്രീധനമായി കൊടുത്തപ്പോൾ ഇതായിരുന്നു അതിര്. മോളുടെ കല്യാണത്തിന് പുരയിടത്തിൽ നിന്നും ഒരു പത്തുസെന്റ് ഭൂമി കൊടുക്കുന്ന ലാഘവത്തോടെ പോർച്ചുഗീസ് രാജകുമാരിക്ക് അച്ഛൻ കൊടുത്ത സമ്മാനമായിരുന്നു ബോംബെ. പിന്നീട് ചാൾസ് രാജകുമാരൻ വാർഷിക വാടകയായി പത്തു പൗണ്ടിന് ഈ വസ്തു (ഇന്നത്തെ മുംബൈ പട്ടണം) ഈസ്റ്റ് ഇന്ത്യ കമ്പനിക്കു കൈമാറി. പോർച്ചുഗീസുകാർ പിന്നീട് കുറേക്കാലം കൈവശം വെച്ചിരുന്ന താനെ ഉൾപ്പെടുന്ന സാൽസെറ്റ് ദ്വീപ് ഒരു വലിയ ഭൂപ്രദേശം ആയിരുന്നു. ഈസ്റ്റ് ഇന്ത്യ കമ്പനി ഇന്നത്തെ മെയിൻ സിറ്റിയെ സംരക്ഷിക്കാൻ പണിത കോട്ടയാണിത്. കാര്യമായി അറ്റകുറ്റപ്പണികൾ ചെയ്തിരുന്നില്ല. അധികം സന്ദർശകരും ഇല്ല. എന്നാലും വളരെ ഉയരത്തിൽനിന്ന് നഗരം കാണാൻ, വെറുതെ ഒന്ന് കാറ്റു കൊള്ളാൻ ഇടയ്ക്ക് അവിടെ പോകും.

ചേട്ടൻ ബോംബെയിൽ വന്നിട്ട് മൂന്ന് വർഷം കഴിഞ്ഞതുകൊണ്ട് എന്റെ ആദ്യ പരിചയക്കാർ എല്ലാം ചേട്ടന്റെ ഫ്രണ്ട്സ് ആയിരുന്നു. പഠിത്തം കഴിയുമ്പോഴേക്കും കല്യാണം നടത്തിയവരും അതിൽ

ഉണ്ടായിരുന്നു. ജാതിയും മതവും നോക്കാതെ വിവാഹം നടത്തിയവ രാണ് ഇവരിൽ ചിലർ. ഒരു ദിവസം എന്റെ സുഹൃത്ത് സുമൻ ലാൽ ഫ്ളാറ്റിൽ വന്നു. എതിർപ്പുകളെ നേരിട്ട് വിപ്ലവം സൃഷ്ടിച്ച ഒരു കല്യാണ മായിരുന്നു സുമൻ ലാലിന്റെയും ലിസയുടെയും. ‘‘ഒരു സഹായം വേണം.’’ ശരി, ചെയ്യലോ എന്ന് ഞാനും. പിന്നെയാണ് മുഴുവൻ പദ്ധതിയും പറഞ്ഞത്. സുമൻ ലാലിന്റെ ഒരു സുഹൃത്ത്, അവൾ വേറെ മതസ്ഥനായ ഒരാളുമായി പ്രണയത്തിലാണ്. അവർ രണ്ടാളും നാട്ടി ലാണ് ജോലി ചെയ്തിരുന്നത്. ഇവരുടെ കല്യാണത്തിന് നാട്ടിൽ എതിർപ്പുകൾ. അവിടെവെച്ച് കല്യാണം നടത്താൻ നിർവ്വാഹവുമില്ല. അവർക്ക് ഒരുമിച്ചു ജീവിക്കണമെന്ന് വാശിയും. നിയമപരമായി എങ്ങനെ വിവാഹം നടത്താമെന്നായി അടുത്ത ചിന്ത. അപ്പോഴാണ് കല്യാണം ബോംബെയിൽ നടത്താൻ പറ്റുമോ എന്ന് അവർ ആലോചിച്ചത്. വിവാഹ ത്തിന് നിയമസാധുത കിട്ടാൻ കല്യാണം രജിസ്ട്രാർ ഓഫീസിൽ രജി സ്റ്റർ ചെയ്യാൻ പറ്റുമോ എന്ന് അറിയണം. അതിനുവേണ്ട കുറച്ചു സഹായം ചെയ്തു തരാമോ എന്ന് എന്നോട് ചോദിച്ചു. അന്വേഷിച്ചപ്പോൾ ബാന്ദ്രയിൽ സർക്കാർ ഓഫീസുകളുടെ കൂട്ടത്തിൽ മാര്യേജ് രജിസ്ട്രേ ഷൻ ഓഫീസ് ഉണ്ടെന്നറിഞ്ഞു. ആദ്യം പോയി അപേക്ഷ കൊടുക്കണം.

ബാന്ദ്ര, ബോംബെ മഹാനഗരത്തിലെ വൈവിധ്യം നിറഞ്ഞ ഒരു സ്ഥലമാണ്. സിനിമാക്കാരും പ്രമുഖരും താമസിക്കുന്ന പാലി ഹിൽസ് ഉൾപ്പെടുന്ന ബാന്ദ്ര വെസ്റ്റ്. ധാരാവി എന്ന വലിയ ചേരിപ്രദേശത്തേക്ക് വഴി തുറക്കുന്ന ബാന്ദ്ര ഈസ്റ്റ്. പണ്ട് ചതുപ്പുനിലങ്ങൾ ആയിക്കിടന്നി രുന്ന സ്ഥലങ്ങളിലാണ് ഇന്ന് ബാന്ദ്ര കുർള കൊമേർഷ്യൽ ഹബ്ബ് നില കൊള്ളുന്നത്.

ബാന്ദ്ര സ്റ്റേഷനിൽ നിന്ന് ഈസ്റ്റേൺ എക്സ്പ്രസ്സ് റോഡ് ക്രോസ് ചെയ്ത് രജിസ്ട്രേഷൻ ഓഫീസിൽ പോയി അപേക്ഷ കൊടുത്തു. ആർക്കെങ്കിലും എതിർപ്പുണ്ടോ എന്നറിയാൻ ഒരുമാസം ഈ അപേക്ഷ യിലെ വിവരങ്ങൾ അവിടെ നോട്ടീസ് ബോർഡിൽ പരസ്യപ്പെടുത്തണം. ഒരു മാസം കഴിഞ്ഞു കല്യാണം കഴിക്കാൻ ബോംബയിൽ വരാൻ അവരെ അറിയിച്ചു.

ഒരു മാസം കഴിഞ്ഞപ്പോൾ സുമൻ ലാലും ലിസയുമൊത്തു നാട്ടിൽ നിന്നും വന്നു. നവവധൂവരന്മാരെ കൂട്ടി ഞങ്ങൾ രജിസ്ട്രാറുടെ മുമ്പിൽ പോയി കല്യാണം രജിസ്റ്റർ ചെയ്തു. ഈ കഥയിലെ മൊയ്തീനും കാഞ്ചനമാലയും അങ്ങനെ വിവാഹിതരായി. എന്റെ കയ്യൊപ്പു പതിഞ്ഞ ഒരു കല്ല്യാണം. അതിനുശേഷം ബാന്ദ്ര വെസ്റ്റിലുള്ള ഏതോ ഒരു റെസ്റ്റോറന്റിൽ ഞങ്ങൾ മാത്രം പങ്കെടുത്ത വിവാഹസൽക്കാരം. ശുഭ പര്യവസായി ആയ ഒരു പ്രണയത്തിന്റെ സാക്ഷിപത്രമായി ഓർമ്മയിൽ നിൽക്കുന്നു ഈ ഡെസ്റ്റിനേഷൻ വെഡ്ഡിങ്.

അവരുടെയും നഗരം

അന്റോപ് ഹില്ലിലെ അധികം ആളില്ലാത്ത ഒരു ബസ്സ്റ്റോപ്പ്. ബസ് കാത്തു നിൽക്കുമ്പോഴാണ് അവരിൽ ഒരാൾ അടുത്തേക്ക് വന്നത്. വന്നപ്പോൾ കൈകൊട്ടി ആഗമന ഉദ്ദേശ്യം വ്യക്തമാക്കി. സാരിയാണ് വേഷം. ഒത്ത ഉയരം. കുറച്ചു പരുപരുത്ത ശബ്ദം. കടുംചുവപ്പു ലിപ് സ്റ്റിക്ക് തേച്ചിട്ടുണ്ട്. നെറ്റിയിൽ ഒന്ന് തൊട്ട് ആശീർവദിച്ചു. പിന്നെ കൈ നീട്ടി. ഞാൻ പോക്കറ്റിൽ കൈ ഇട്ടപ്പോൾ ആദ്യം കിട്ടിയത് ഒരു വലിയ നോട്ട്. ''ചേഞ്ച് ഇല്ലല്ലോ.'' ഞാൻ പറഞ്ഞു. ''ഞാൻ ചേഞ്ച് ആക്കിക്കോളാം. ഭഗവാൻ രക്ഷിച്ചോളും'' എന്ന് അവർ പറഞ്ഞു. എന്റെ കൈയിൽ നിന്ന് ആ നോട്ടും തട്ടിപ്പറിച്ച് അവർ അടുത്ത ആളെ നോക്കിപ്പോയി. ഇത് പലർക്കും സംഭവിക്കുന്ന ഒരു അനുഭവം.

ബോംബെയിൽ താമസിക്കുമ്പോൾ ഒരു പോക്കറ്റടിയോ, ഹിജഡകളുമായി ഇതുപോലെ ഒരു ഇടപെടലോ അനുഭവിക്കാത്തവർ ചുരുക്കമാണ്. കാറിലോ മോട്ടോർ സൈക്കിളിലോ യാത്ര ചെയ്യുന്നവരെ ഏതെങ്കിലും ട്രാഫിക് സിഗ്നലിൽ ആവും അവർ സമീപിക്കുന്നത്. പൈസ കൊടുത്തില്ലേൽ ചിലപ്പോൾ തെറിഅഭിഷേകം കിട്ടിയെന്നും ഇരിക്കും. കുട്ടികൾക്ക് അസുഖം വരാതിരിക്കാൻ, ഒന്ന് ഉഴിയാനും ഗർഭിണികളെ ആശിർവ്വദിക്കാനും വിവാഹത്തിന് അനുഗ്രഹം തരാനും ഹിജഡകൾ വീടുകളിൽ വരും. പലർക്കും കേട്ടുകേൾവി മാത്രമുള്ള ഹിജഡകളെ ചിലരെങ്കിലും ആദ്യമായി നേരിൽ കാണുന്നത് ബോംബെയിൽ വരുമ്പോഴാണ്.

അന്റോപ് ഹില്ലിനു അടുത്തുള്ള സയോൺ കോളിവാഡയിൽ ഹിജഡകളുടെ ഒരു കോളനി ഉണ്ടായിരുന്നു. സയോൺ ഹിൽലോക്ക് ഫോർട്ടിലേക്കു നടന്നു പോകുന്ന വഴിക്ക് അവരുടെ ഒരു അമ്പലവും ഉണ്ട്. കുറച്ച് ഉയർന്ന് ഒരു കുന്നിന്റെ മുകളിൽ ഉള്ള മാരിയമ്മൻ കോവിൽ. അവിടെ പൂജ നടത്തുന്നതും ഹിജഡകൾ തന്നെ. സയോൺ കോളിവാഡയിലെ ഹിജഡകൾ അധികവും തമിഴ് സംസാരിക്കുന്നവരാണ്.

ഹിജഡകളെപ്പറ്റി പല പുരാണകഥകൾ ഉണ്ടെങ്കിലും എനിക്ക് ഇഷ്ടം തോന്നിയ ഒരു കഥ പറയാം. ജമദഗ്നി മഹർഷിക്ക് ഭാര്യ രേണുകയോട്

അവിശ്വാസം തോന്നിയപ്പോൾ അമ്മയെ വധിക്കാൻ മഹർഷി പുത്ര ന്മാരോട് പറഞ്ഞു. ആദ്യ നാലുപേരും ചെയ്യാത്ത ആ ദൗത്യം നിറ വേറ്റിയത് അഞ്ചാമത്തെ പുത്രൻ പരശുരാമൻ. ആജ്ഞ നിറവേറ്റാത്ത മക്കളെ ഭസ്മമാക്കി (ശിലയാക്കി) ജമദഗ്നി. ഓടിപ്പോയ രേണുക ഒരു മുക്കുവക്കുടിലിൽ കയറി ഒളിച്ചു. രേണുകയുടെ തല അറുത്തപ്പോൾ അറിയാതെ ആ മുക്കുവസ്ത്രീയുടെ തലയും അറുത്തു. അച്ഛന്റെ ആജ്ഞ നിറവേറ്റിയപ്പോൾ മകന് അച്ഛന്റെ വക വരം ലഭിച്ചു. സഹോ ദരന്മാരെയും അമ്മയെയും ആ മരിച്ച സ്ത്രീയെയും പുനരുജ്ജീവിപ്പി ക്കാൻ ആവശ്യപ്പെട്ടു പുത്രൻ. പുനർജനിച്ച പുത്രന്മാർ ഹിജഡകൾ ആയത്രേ. പുനർജീവിച്ചപ്പോൾ രേണുകയുടെയും മറ്റേ സ്ത്രീയുടെയും ഉടലും തലയും അന്യോന്യം മാറിപ്പോയി. അങ്ങനെ ഉണ്ടായതാണത്രേ യെല്ലമ്മ. യെല്ലമ്മയെ വേറെ പേരുകളിലും വിളിക്കാറുണ്ട്. ഹിജഡകൾ പിന്നീട് യെല്ലമ്മയെ ഉപാസിക്കാൻ തുടങ്ങി എന്നാണ് ഒരു വിശ്വാസം.

വനവാസത്തിനു പോകുന്ന ശ്രീരാമൻ തന്നെ യാത്ര അയയ്ക്കാൻ വന്ന എല്ലാ പുരുഷന്മാരും സ്ത്രീകളും തിരിച്ചു പോകട്ടെ എന്ന് പറഞ്ഞു വനത്തിലേക്ക് പോയി. ഇതിൽ രണ്ടിലും പെടാത്ത കാരണം ആ കാലം അത്രയും ഈ കൂട്ടർ (ഹിജഡകൾ) കാത്തുനിന്നു എന്നും ഒരു കഥ യുണ്ട്.

ചരിത്രവും പുരാണകഥകളും എന്തായാലും സമൂഹത്തിൽ അവ ഗണന എറ്റുവാങ്ങുന്ന മനുഷ്യക്കൂട്ടമാണ് ഹിജഡകൾ. ഇത് പച്ചയായ ഒരു സത്യം. ജന്മനാ പുരുഷന്റെ ഇന്ദ്രിയങ്ങളും സ്ത്രീയുടെ മാനസിക അവസ്ഥയും ഉള്ളവരാണ് ഇതിൽ പലരും. വീടുകളിലും സമൂഹത്തിലും ഒറ്റപ്പെടൽ അനുഭവിക്കുമ്പോൾ കടുത്ത മാനസിക സമ്മർദ്ദത്തിൽ ആവുമ്പോൾ, ചെറുപ്പത്തിലേ വീട് ഉപേക്ഷിച്ചു ഇറങ്ങിയവരാണ് പലരും.

ഒരു കുടുംബനാഥയുടെ മേൽനോട്ടത്തിൽ അവർ പുതിയ ജീവിതം തുടങ്ങുന്നു. ഒരു ചെറിയ ലിംഗമാറ്റ ശസ്ത്രക്രിയയ്ക്കു ശേഷം ഹിജഡ കുടുംബത്തിൽ ഇവർ അംഗമാകുന്നു. ഈ ശസ്ത്രക്രിയയും തുടർന്നുള്ള ഹോർമോൺ ചികിത്സകളും വളരെ ചിലവുള്ള ഒരു ഏർപ്പാട് ആണ്. മുറിവൈദ്യന്മാരുടെ ചികിത്സകളും കാണും. ലൈംഗിക തൊഴിലാളികൾ ആയോ ഭിക്ഷ യാചിച്ചോ കിട്ടുന്നതിൽ ഒരു പങ്ക് കുടുംബനാഥയ്ക്കുള്ള താണ്. ചിലപ്പോൾ വേറെ ചിലർക്ക് കൂടി ഈ സംരക്ഷണത്തിനുള്ള കപ്പം കൊടുക്കണം. അന്നുവരെ അവർ ഭാഗമായിരുന്ന വീട് ഉപേക്ഷിച്ചു തരാതരക്കാരുടെ പുതിയ കുടുംബം.

സെക്സ് വർക്കേഴ്സും ബാർ ഡാൻസേർസും പിന്നെ ഭിക്ഷ യാചി ക്കുന്നവരുമായി അവർ ജീവിതം തള്ളിനീക്കുന്നു. പൊതുവെ ആരും വേറെ ജോലി ഒന്നും ഇവർക്ക് കൊടുക്കില്ല. അതുകൊണ്ട് ഈ

കൂട്ടുകെട്ടുകൾ തുടരുന്നു. പുതിയ ആളുകൾ ചേരുമ്പോൾ കുടുംബ ങ്ങൾ വികസിക്കുന്നു. ഹിജഡകളുടെ വേറെ ഒരു ലോകം. എന്റെ ഒരു സുഹൃത്തിന്റെ അനുഭവം കൂടി പറയാം. എന്റെ സുഹൃത്ത് വി.ടി. സ്റ്റേഷന് അടുത്ത് ബസ് കാത്തു നിൽക്കുന്നു. ഉച്ചസമയം. അടുത്ത് കൂടിയ ഹിജഡ അവന്റെ അടുത്ത് വന്ന് ആളെ ഒന്ന് തോണ്ടി. പിന്നെ പുറം ഒന്ന് തടവി ഇക്കിളിപ്പെടുത്തി. അനുഗ്രഹിച്ചു കൈകൊട്ടി കാശു ചോദിച്ചു. അവൻ കൊടുത്ത പൈസ പോരാഞ്ഞിട്ട് ഹിജഡ പറഞ്ഞു. ''ഇത്തനാ മജാ ദിയാ. ഫിർ ഇത്തനാ കം പൈസാ ദിയാ.'' (നിനക്ക് സുഖം തന്നിട്ട് ഇത്ര കുറവ് പൈസ ആണോ തരുന്നത്) എല്ലാ അടവുകളും എടുത്തും അവർ പൈസ വാങ്ങിച്ചോളും.

ഇതെല്ലാം നടന്ന് ഒരു മൂന്ന് പതിറ്റാണ്ടു പിന്നിടുമ്പോൾ ഹിജഡ കളുടെ ജീവിതത്തിലും സമൂഹത്തിന്റെ സമീപനത്തിലും വന്നിട്ടുള്ള മാറ്റങ്ങൾ കാണാതെ പോകുന്നില്ല. ചിലരെല്ലാം പൊതുരംഗത്തും ഔദ്യോഗികപദവികളിലും കലാസാഹിത്യമേഖലകളിലും അവരുടെ ഇടങ്ങൾ അടയാളപ്പെടുത്തിയിട്ടുണ്ട്. അവരെ ഒരു പ്രത്യേക വിഭാഗ മായി അംഗീകരിക്കുന്ന സുപ്രീം കോടതി വിധി പ്രതീക്ഷ നൽകുന്നു. യൂണിവേഴ്സിറ്റികളിലും തൊഴിലിടങ്ങളിലും അവർക്കു പ്രത്യേക പരി ഗണന നൽകണമെന്നാണ് കോടതി ആവശ്യപ്പെട്ടത്. സാമൂഹ്യ സേവന രംഗത്തും ഫാഷൻ സിനിമാരംഗത്തും പല ഉദ്യോഗങ്ങളിലും ഇന്ന് അവർ എത്തിയിട്ടുണ്ട് എന്നത് അൽപ്പം ആശ്വാസം തരുന്നു. പ്രകൃതി യുടെ ഒരു വികൃതിയായി ജനിക്കുന്ന ഹിജഡകൾ സുരക്ഷിതത്വം തേടി ഇന്നും പട്ടണങ്ങളിൽ കുടിയേറുന്നു. അവരുടെയും കൂടി നഗര മാണ് മുംബൈ.

ക്വാറന്റൈൻ കാലം

ക്വാറന്റൈൻ കാലം എന്ന തലക്കെട്ട് കണ്ടപ്പോൾ ഇത് രണ്ടായിരുത്തി ഇരുപത്തൊന്ന് ആണെന്ന് കരുതിയോ? അല്ല. ഇത് കുറച്ചു പഴയതാണ്. അതെ, മുപ്പത്തിഅഞ്ച് ആണ്ടിന് മുമ്പ്. എന്ത്, അന്നും ക്വാറന്റൈനോ? അതെ, ഇത് എൺപതുകളിലെ ക്വാറന്റൈൻ.

ബോംബെയിലെ അന്റോപ് ഹില്ലിലെ എന്റെ ബാച്ചലർ ലൈഫിലെ ഒരു ദിവസം. ചേട്ടൻ അന്ന് നാട്ടിലാണ്. സഹമുറിയന്മാരായ തോമസും ഫിലിപ്പും കൂടെയുണ്ട്. വൈകീട്ട് ഒരു ചായ കുടിച്ചു സൊറ പറഞ്ഞിരിക്കുന്നു. ഒരു ഫ്രണ്ടും റൂമിൽ വന്നിട്ടുണ്ട്. പേര് ആത്മൻ. അയാളുടെ ചേട്ടന്റെ പേരും കൊള്ളാം. ജീവൻ. ചില മാതാപിതാക്കൾ അങ്ങനെയാണ്. മക്കൾക്ക് വിശേഷപ്പെട്ട പേരുകൾ സമ്മാനിക്കും. ആഗസ്റ്റ് വിപ്ലവത്തിന്റെ അന്ന് ജനിച്ച പുത്രന് വിപ്ലവാനന്ദ സ്മാരകൻ എന്നും സ്വാതന്ത്ര്യദിനത്തിൽ ജനിച്ച മകൾക്ക് സ്വാതന്ത്ര്യബിന്ദു എന്നും പേര് കൊടുത്ത ഒരാളെപ്പറ്റി ചെറുപ്പത്തിൽ കേട്ടിട്ടുണ്ട്. ഏതു ദേശക്കാരനാണെന്ന് തിരിച്ചറിയാതിരിക്കാൻ വളരെ വിചിത്രമായ പേരുകൾ മക്കൾക്ക് സമ്മാനിച്ച അച്ഛന്റെ ഒരു സുഹൃത്തിനെയും എനിക്ക് അറിയാം. പെട്ടെന്നാണ് ആത്മൻ എന്റെ മുഖത്തു പൊന്തിയ ചെറിയ ഒരു പൊളം ശ്രദ്ധിച്ചത്.

''ഇത് മറ്റവൻ ആണെന്ന് തോന്നുന്നു. ഇത് പകരുന്നതാണ് അടുത്തുള്ള ചോപ്പടകൾക്കിടയിൽ ഒരു ചെറിയ ക്ലിനിക് ഉണ്ട്. അവിടെ ഒരു പാലക്കാട്ടുകാരൻ മലയാളി ഡോക്ടർ ആണ്. വിശ്വനാഥൻ എന്നോ മറ്റോ ആണ് പേര്. ആള് ഒരു മലയാളം സിനിമയിൽ മുഖം കാണിച്ചിട്ടുള്ള പുള്ളിയാണ്.'' ഡോക്ടറെ കണ്ടപ്പോൾ അത് ചിക്കൻ പോക്സ് ആണെന്ന് വിധി എഴുതി.

ബോംബെയിൽ വരുന്നവർക്ക് പലർക്കും കിട്ടുന്ന അസുഖങ്ങൾ ആണ് ചിക്കൻ പോക്സും മഞ്ഞപ്പിത്തവും. മഞ്ഞപ്പിത്തം വരുമ്പോൾ ബോംബെ ജീവിതം അവസാനിപ്പിച്ചു നാട്ടിൽ പോയ പലരെയും അറിയും. കരിമ്പ് ജ്യൂസ് വിൽക്കുന്ന കടകളിൽ മഞ്ഞപ്പിത്തത്തിന്റെ പച്ചമരുന്ന് ഫ്രീ ആയി കൊടുക്കുന്നത് എന്തുകൊണ്ടാണെന്ന് പലപ്പോഴും ആലോചിക്കാറുണ്ട്. പണ്ട് പ്ലേഗ് എന്ന പകർച്ചവ്യാധി ബോംബെയിൽ

പടർന്നു പിടിച്ചു അനേകം പേരുടെ ജീവൻ പൊലിഞ്ഞിട്ടുണ്ട്. അന്ന് കുറെ ആളുകൾ നഗരം ഉപേക്ഷിച്ചു പോയി.

എന്തായാലും ചിക്കൻപോക്സ് അത്ര പേടിക്കണ്ട അസുഖം ഒന്നും അല്ല. ഒരു വൺ ബെഡ്റൂം കിച്ചൻ അപ്പാർട്ട്മെന്റിൽ ചിക്കൻ പോക്സ് ആയി കഴിയുമ്പോൾ മറ്റുള്ളവർക്ക് പകരില്ലേ? ഒരിക്കൽ വന്നവർക്കു പിന്നെ വരില്ലെന്നാണ് പൊതുവെ കേട്ടിട്ടുള്ളത്. എന്തായാലും മറ്റാർക്കും പകരാതിരിക്കാൻ എന്ത് ചെയ്യണം? അപ്പോഴാണ് ആത്മൻ ഇത്തരം അസുഖങ്ങൾക്ക് ചികിത്സ കൊടുക്കുന്ന പ്രത്യേക ആശുപത്രി ചിഞ്ച് പൊക്ലിയിൽ ഉണ്ടെന്ന് പറഞ്ഞത്.

ചിഞ്ചു പൊക്ലി ഞാൻ അധികം കേൾക്കാത്ത ഒരു സ്ഥലമാണ്. ബൈക്കുളയ്ക്കും ബോംബെ സെൻട്രലിനും അടുത്താണ് ഈ സ്ഥലം. ആത്മൻ പറഞ്ഞു. ഡൽഹിയിലേക്കും ഗുജറാത്തിലേക്കും പോകുന്ന തീവണ്ടികൾ തുടങ്ങുന്നത് ബോംബെ സെൻട്രലിൽ നിന്നാണെന്ന് ശ്രദ്ധിച്ചിട്ടുണ്ട്. ചീറിപ്പായുന്ന ചുവന്ന രാജധാനി എക്സ്പ്രസ്സും ഫ്ളയിങ് റാണി എന്ന ഡബിൾ ഡെക്കർ ട്രെയിനും അവിടെ നിന്നാണ് തുടങ്ങുന്നത്. ബൈക്കുള വിക്ടോറിയ ഗാർഡനും മൃഗശാലയും കേട്ടറിയും.

അവർ കസ്തൂർബാ ഹോസ്പിറ്റലിൽ എന്നെ കൊണ്ടാക്കി. സെൻട്രൽ റെയിൽവേയിലെ ചിഞ്ച് പൊക്ലി സ്റ്റേഷന്റെയും വെസ്റ്റേൺ റയിൽവെയുടെ മഹാലക്ഷ്മി സ്റ്റേഷന്റെയും ഇടയ്ക്കാണ് കസ്തുർബ ഹോസ്പിറ്റൽ. ഹോഴ്സ് റേസ് നടക്കുന്ന മഹാലക്ഷ്മി റേസ്കോഴ്സ് ഇതിനടുത്താണ്. കാണാനുള്ള കൗതുകം കൊണ്ട് ഒരിക്കൽ അവിടെ പോയിട്ടുണ്ട്. പൈസക്കാരുടെ വിനോദങ്ങൾ കണ്ടിട്ടുണ്ട്. പിന്നെ ബോംബയിലെ പ്രധാന ജയിൽ ആയ ആർതർ റോഡ്ജയിൽ ഇതിനടുത്താണ്. വർഷങ്ങൾക്കുശേഷം അജ്മൽ കസബിനെ പാർപ്പിച്ച ജയിൽ.

ഐസൊലേഷൻ വാർഡ് ഉള്ള ഒരു സ്പെഷ്യൽ ഹോസ്പിറ്റൽ ആണ് കസ്തുർബ ഹോസ്പിറ്റൽ. മഹാമാരിയുടെ സമയത്ത് ആയിരത്തി എണ്ണൂറ്റിതൊണ്ണൂറ്റി ആറിൽ തുടങ്ങിയ ആർതർ റോഡ് പ്ലേഗ് ഹോസ്പിറ്റൽ ആണ് പിന്നീട് കസ്തൂർബ ഹോസ്പിറ്റൽ ആയത്. കോർപ്പറേഷന്റെ കീഴിലുള്ള ഹോസ്പിറ്റൽ ആയതുകൊണ്ട് അധികം പൈസ ചിലവില്ല.

ഹോസ്പിറ്റലിൽ അഡ്മിറ്റ് ചെയ്തപ്പോൾ തന്നെ അവരുടെ ഒരു യൂണിഫോം തന്നു. ഒരു വാർഡ് മുഴുവൻ ബെഡ്ഡുകൾ. ഒരേ വേഷം ധരിച്ചവർ. ഹോസ്പിറ്റലിൽ അന്ന് അധികവും മലയാളികൾ ആയിരുന്നു. സിസ്റ്റേഴ്സ് അധികവും കോട്ടയം തിരുവല്ലാ ഭാഗങ്ങളിൽ നിന്നും വന്നവർ. നല്ല ഭക്ഷണം. രോഗികൾ എല്ലാവരും ചിക്കൻപോക്സ് ആയിട്ട് വന്നവരാണ്. അതുകൊണ്ട് എല്ലാവരും തുല്യദുഃഖിതർ. വേറെ ബുദ്ധിമുട്ടുകൾ കാര്യമായി ഒന്നുമില്ല. ഇടയ്ക്കു ചെറിയ ഒരു പനി

ഉണ്ടെന്ന് മാത്രം. മുഖത്തും ശരീരത്തിലും അത്യാവശ്യം പൊന്തിയിട്ടുണ്ട്. കണ്ണാടി ഇല്ലാത്തതുകൊണ്ട് മുഖം എത്ര മാറിയെന്ന് അറിയാനും പറ്റിയില്ല. ഒരു ദിവസം തല കറങ്ങി വരാന്തയിൽ ഒന്ന് വീണു. രാത്രി ആയതുകൊണ്ട് ആരും കണ്ടില്ല. കുറച്ചു കഴിഞ്ഞുതന്നെ എണീറ്റ് പോയി കിടന്നു. ഐസൊലേഷൻ വാർഡ് ആയതുകൊണ്ട് സന്ദർശകർ ആരും വരില്ല. പല വിരുതന്മാർക്കും അവരുടെ വീരകഥകൾ മറ്റുള്ളവരെ കേൾപ്പിക്കാൻ നല്ല ആവേശം ആയിരുന്നു. ഒരു ടൂർ വന്ന പ്രതീതി. നാട്ടിൽ കുളി ചിക്കൻ പോക്സ് മാറിയതിനുശേഷം നടത്തുന്ന ഒരു ചടങ്ങാണ്. ഇവിടെ പൊട്ടാസ്യം പെർമാഗ്നൈറ്റ് ഇട്ട ചൂടുള്ള വെള്ളത്തിൽ എന്നും കുളിക്കും.

അത് ഒരു ക്രിസ്മസ് കാലമായിരുന്നു. ക്രിസ്തുമസ്സും ന്യൂഇയറും അവിടെ തന്നെ കഴിച്ചുകൂട്ടി. പതിന്നാലു ദിവസം ആയിരുന്നു കണക്ക്. പന്ത്രണ്ടു ദിവസം കഴിഞ്ഞപ്പോൾ എന്നെ നേരത്തെ ഡിസ്ചാർജ് ചെയ്തു. ഫ്ളാറ്റിൽ തിരിച്ചെത്തിയപ്പോൾ കണ്ണാടിയിൽ മുഖം കണ്ടു. അപ്പോൾ അയ്യപ്പപണിക്കരുടെ കവിത ഓർത്തു.

> ‘‘കണ്ണാടിയിൽ മുഖം
> കാണുന്ന സമയത്തു
> കണ്ണുകൾ അടഞ്ഞു വെറുപ്പാൽ.
> കനിവിന്റെ നനവൂറി
> നിൽക്കുന്ന കണ്ണുമായ്
> വരിക നീ വരിക നീ...’’

ആരു വരാൻ? ഇത് എഴുതാൻ കവിക്ക് ഇത്തരം അനുഭവം വല്ലതും ഉണ്ടായോ?

ഈ കുണ്ടും കുഴിയും തൂർക്കാൻ രക്തചന്ദനം മതി എന്ന് സമാധാനിപ്പിക്കാൻ ആരോ പറഞ്ഞു. ആയിടെ കണ്ട അർദ്ധസത്യയിലെ ഓംപുരിയുടെ മുഖം സ്മരിച്ചു. ശക്തമായ നായകൻ. വസൂരി വീണ മുഖം നായകൻ ആവാൻ പോലും തടസമല്ല. പിന്നെയല്ലേ ഈ ചിക്കൻപോക്സ്? അപ്പോൾ കുറച്ചു സമാധാനം ആയി.

കാലം മായ്ക്കാത്ത പാടുകൾ ഉണ്ടോ? അങ്ങനെ വല്ല പാട്ടും ഉണ്ടോ? ഇല്ലെങ്കിൽ എന്റെ വക ഒന്നിരിക്കട്ടെ.

ഒരു ആഘോഷമാക്കിയ ക്വാറന്റൈൻ കാലം.

പത്രമെഴുത്തിന്റെ തുടക്കവും ഒടുക്കവും

ബിരുദം കഴിഞ്ഞു ബോംബെയിലെത്തി, വർഷം ആയിരത്തി തൊള്ളായിരത്തി എൺപത്തിമൂന്ന്. തൃശൂർ ശ്രീകേരളവർമ്മ കോളേജിൽ നിന്ന് ബി.കോം കഴിഞ്ഞു തുടർപഠനം ഏതു കോഴ്സ് ചെയ്യണമെന്ന ചിന്തയിലായിരുന്നു. ഇനി എന്ത് വേഷം കെട്ടണമെന്ന് ആലോചിച്ചിരിക്കുന്ന സമയം. പി.എസ്.സി ടെസ്റ്റും ബാങ്ക് ടെസ്റ്റും ഒക്കെ എഴുതി നടക്കുകയായിരുന്നു കൂട്ടുകാരിൽ പലരും. ചിലരൊക്കെ സെയിൽസ് റെപ്രസെന്റേറ്റീവ്സ് ആയി ജോലിയിൽ കയറി. വേറെ എന്തെങ്കിലും ചെയ്യണമെന്ന തോന്നലിൽ ആണ് ബോംബെയ്ക്ക് കെട്ട് കെട്ടിയത്. കെട്ട് കെട്ടിയത് എന്ന് പറഞ്ഞപ്പോഴാണ് എന്റെ യാത്ര ഓർമ്മ വന്നത്. അന്ന് ലഗേജിന്റെ കൂട്ടത്തിൽ ഒരു പഞ്ഞിക്കിടക്കയും ഉണ്ടായിരുന്നു. അപ്പൊ കെട്ടുകെട്ടിയത് എന്ന പ്രയോഗം ശരിയായില്ലേ? മെട്രോനഗരത്തിൽ ഒരു ഉപരിപഠനം ആവാം. എന്തു വേണം എന്ന് തിട്ടവും ഇല്ല. ചാർട്ടേർഡ് അക്കൗണ്ടൻസി നേരത്തെതന്നെ വേണ്ടെന്നു വെച്ചിരുന്നു. എന്തോ അന്ന് അതിൽ വലിയ താൽപ്പര്യം തോന്നിയില്ല.

ഗുജറാത്തിലെ ആനന്ദിൽ ഉള്ള റൂറൽ മാനേജ്മെന്റ് കോഴ്സ് ഒരു വ്യത്യസ്ത കോഴ്സ് ആയിരുന്നു. വർഗീസ് കുരിയൻ നടത്തിയ ധവള വിപ്ലവവും സഹകരണമേഖലയിലെ മുന്നേറ്റവും വളരെ താൽപ്പര്യത്തോടെ കണ്ടിരുന്നതുകൊണ്ട് അവർ നടത്തുന്ന കോഴ്സ് ചെയ്ത് ഗ്രാമങ്ങളിൽ പോയി ജോലി ചെയ്യാനും ഒരു ഇഷ്ടം തോന്നി മാനേജ്മെന്റ് സ്ഥാപനങ്ങളിലെ പൊതുപരീക്ഷയ്ക്ക് പരിശീലനം നൽകുന്ന ഐ.എം.എസ്സിന്റെ ഓഫീസിൽ പോയി കോച്ചിങ് ക്ലാസ്സിൽ ചേർന്നു. ഗവണ്മെന്റ് ലോ കോളേജിൽ ആണ് കോച്ചിങ് ക്ലാസ്സ്.

എന്റെ കസിൻ ഓമനചേച്ചിയുടെയും സുകൃതേട്ടന്റെയും മാമൻ തിലകമാമനെ ആയിടയ്ക്ക് പരിചയപ്പെട്ടു. തിലകമാമനുമായി എന്റെ ആശയക്കുഴപ്പങ്ങളും അഭിപ്രായങ്ങളും പലപ്പോഴും ഘാട്കോപോറിലെ

ഗരോഡിയ നഗറിൽ ഉള്ള അവരുടെ വീട്ടിൽ പോയി ചർച്ച ചെയ്യാറുണ്ട്. ഒരു സെൻട്രൽ ഗവണ്മെന്റ് ജോലിക്കാരനായ ശ്രീ. ഇ.ഐ.എസ്. തിലകൻ ബോംബയിലെ മലയാളി സാംസ്കാരിക സാമൂഹ്യസംഘങ്ങളിലെ സജീവസാന്നിധ്യം ആയിരുന്നു. അദ്ദേഹത്തിന്റെ ചില സുഹൃത്തുക്കളെയും അന്ന് പരിചയപ്പെട്ടിരുന്നു. നിർമല നികേതൻ സ്കൂൾ ഓഫ് സോഷ്യൽ വർക്കിലെ ഒരു ബംഗാളി സുഹൃത്ത് സോഷ്യൽ വർക്കിലെ സാദ്ധ്യതകളും ബുദ്ധിമുട്ടുകളും പറഞ്ഞുതന്നു. പ്രായോഗികതലത്തിലുള്ള ബുദ്ധിമുട്ടുകൾ എന്നെ പിന്നിലോട്ടു വലിച്ചു. ഓപ്ഷൻസ് എലിമിനേഷൻ എളുപ്പം നടന്നു. സെലക്ഷൻ മാത്രം നടക്കുന്നില്ല.

ബോംബെ യുണിവേഴ്സിറ്റിയിലെ പഠനവും ടി.ഐ.എഫ്.ആറിലെ (ടാറ്റ ഇൻസ്റ്റിറ്റ്യൂട്ട് ഓഫ് ഫണ്ടമെന്റൽ റിസേർച്ച്) തുടർപഠനവും കഴിഞ്ഞ് ചേട്ടൻ രണ്ടു വർഷം മുമ്പേ സോഫ്റ്റ്വെയർ പ്രവർത്തനമേഖലയായി തിരഞ്ഞെടുത്തിരുന്നു. ഇന്ത്യയിൽ അന്ന് സോഫ്റ്റ്വെയർ ഒരു തൊഴിൽ മേഖലയായി വളർന്നുവരുന്നേ ഉള്ളൂ. ഇന്ത്യയിലെ കമ്പ്യൂട്ടർവൽക്കരണത്തിന് തുടക്കം കുറിച്ച് ബോംബെ വി.ടി. റെയിൽവേസ്റ്റേഷനിൽ ടിക്കറ്റ് റിസർവേഷൻ ആരംഭിച്ചത് പിന്നെയും രണ്ടു വർഷം കഴിഞ്ഞാണ്. ആദ്യമൊക്കെ ദീർഘയാത്രയ്ക്ക് ടിക്കറ്റ് ബുക്ക് ചെയ്യാൻ യാത്രയുടെ തൊണ്ണൂറ് ദിവസം മുമ്പ് രാവിലെ കൗണ്ടർ ഓപ്പൺ ചെയ്യുമ്പോൾ തന്നെ വരിയുടെ മുന്നിൽ നിൽക്കണം. അതിനായി തലേദിവസം സെക്കന്റ് ഷോ കഴിഞ്ഞു റെയിൽവേസ്റ്റേഷനിൽ പോയി ന്യൂസ് പേപ്പർ വിരിച്ചു കിടക്കാറുണ്ട്. പ്രത്യേകിച്ചും ഡൽഹി, അഹമ്മദാബാദ് ടിക്കറ്റ് കിട്ടണമെങ്കിൽ ഇതേ ഒരു മാർഗം ഉണ്ടായിരുന്നുള്ളൂ.

ഇന്ത്യയിലെ ആദ്യകമ്പ്യൂട്ടർ കമ്പനിയുടെ കൂട്ടത്തിൽപ്പെടുത്താവുന്ന മാസ്ടെകിലെ ആദ്യ മൂന്ന് ജീവനക്കാരിൽ ഒരാളായി എൺപത്തൊന്നിൽ ചേട്ടൻ (ഹേമൻ) ജോലിയിൽ പ്രവേശിച്ചിരുന്നു. ആ വർഷം തന്നെയാണ് ഇന്ത്യൻ സോഫ്റ്റ്വെയർ ചരിത്രത്തിന്റെ നാഴികക്കല്ലായി മാറിയ ഇൻഫോസിസ് സ്ഥാപിതമാവുന്നതും. എനിക്ക് കമ്പ്യൂട്ടർ മേഖലയിൽ പഠനം നടത്താൻ വലിയ താല്പര്യം ഇല്ലായിരുന്നു. എത്രയോ കമ്പ്യൂട്ടറൈസേഷൻ പ്രൊജക്ടുകളിൽ പിൽക്കാലത്തു നേരിട്ട് ഭാഗഭാക്കായി എന്നത് ഓർക്കുമ്പോൾ കൗതുകം.

കമ്പ്യൂട്ടർ എങ്ങനെയിരിക്കും എന്നറിയാൻ ഒരിക്കൽ താൽപ്പര്യം തോന്നി. ഒരു അവധി ദിവസം ചേട്ടനും സുഹൃത്ത് ഉദയനുമായി ചേട്ടൻ അന്ന് ജോലി ചെയ്തിരുന്ന ലോയ്ഡ്സ് സ്റ്റീൽസിന്റെ അന്ധേരിയിലെ ഓഫീസിൽ പോയി. ആദ്യമായി അങ്ങനെ കമ്പ്യൂട്ടർ കണ്ടു. കമ്പനിയുടെ ഡയറക്ടർ മുകേഷ് ഗുപ്ത അന്ന് അവിടെ ഉണ്ടായിരുന്നു. പരിചയപ്പെടലിന്റെ ഭാഗമായി പേരു പറഞ്ഞപ്പോൾ ഞാൻ അദ്ദേഹത്തിന് ഒരു ഹസ്തദാനം ഓഫർ ചെയ്തു. അദ്ദേഹം തിരിച്ചും എനിക്ക്

കൈ നീട്ടി. ഉദയൻ ഒരു സാമാന്യ നിയമം പിന്നീട് എനിക്ക് പറഞ്ഞു തന്നു. പൊതുവെ വലിയ ആളുകളെ പരിചയപ്പെടുമ്പോൾ ചാടിക്കയറി അങ്ങോട്ട് കൈ കൊടുക്കരുത്. എന്തായാലും ഈ നിയമമൊക്കെ ഞാൻ പലകുറി തെറ്റിച്ചെന്ന് തോന്നുന്നു.

ചേട്ടന്റെ ഒരു ഫ്രണ്ട് പ്രഫുൽ ആണ് ഐ.സി.ഡബ്ല്യൂ.എ (ICWA) എന്ന കോഴ്സിനെപ്പറ്റി പറഞ്ഞത്. ഇൻസ്റ്റിറ്റ്യൂട്ട് ഓഫ് കോസ്റ്റ് ആൻഡ് വർക്സ് അക്കൗണ്ടന്റ്സ് ഓഫ് ഇന്ത്യയുടെ ഹെഡ്ഓഫീസ് കൽക്കട്ടയിലാണ്. വിജയശതമാനം കുറവാണ്. എന്നാലും ജയിച്ചാൽ ജോലി ഉറപ്പാണ്. പാർലിമെന്റ് പാസ്സാക്കിയ നിയമം അനുസരിച്ചു സ്ഥാപിതമായ ഇൻസ്റ്റിറ്റ്യൂട്ട് ആയതുകൊണ്ട് പൊതുമേഖലാ സ്ഥാപനങ്ങളിൽ തൊഴിൽ സാധ്യത ഉണ്ട്. വെസ്റ്റേൺ ഇന്ത്യ റീജിയണൽ ഓഫീസ് ഗോഗ സ്ട്രീറ്റിൽ ഉണ്ട്. കോച്ചിങ് എം കോൺസ് എന്ന ഒരു ഇൻസ്റ്റിറ്റ്യൂട്ടിലും. അന്നത്തെ സിലബസിൽ മൊത്തം ആറു ഗ്രൂപ്പുകളിലായി പതിനെട്ടു പേപ്പറുകൾ. സാധാരണ കോമേഴ്സ് വിഷയങ്ങൾ കൂടാതെ എഞ്ചിനീയറിംഗും കണക്കും നിയമവും എല്ലാം കുറേശ്ശെയുണ്ട്. ഈവനിംഗ് ക്ലാസ് മാത്രമേയുള്ളൂ. പകൽ അതുകൊണ്ട് ഏറെക്കുറെ ഫ്രീ ആണ്. തല്ക്കാലം അവിടെ ചേർന്നു. എന്ത് ചെയ്യുന്നു എന്ന ചോദ്യത്തിന് ഒരു തട ആയി. പറയാൻ ഒരു വിലാസം.

വി.ടി. സ്റ്റേഷന് പുറത്തു വിദേശ സാധനങ്ങൾ വിൽക്കുന്ന ഒട്ടേറെ കൊച്ചുകച്ചവടക്കാർ ഉണ്ട്. ഫുട്പാത്തിൽ കച്ചവടം നടത്തുന്ന അവരിൽ പലരും കണ്ണൂർ-കാസർകോഡ് ഭാഗത്തുള്ളവരാണ്. അങ്ങനെ കച്ചവടം നടത്തുന്ന ബാലകൃഷ്ണനെ പരിചയപ്പെട്ടപ്പോൾ കറങ്ങാൻ ഒരു കൂട്ടായി. ബാലകൃഷ്ണൻ അന്ന് താമസിച്ചിരുന്നത് ജിപിഒയുടെ അടുത്തുള്ള പഴയ ഒരു കെട്ടിടത്തിലാണ്. മരംകൊണ്ടുള്ള തട്ടുകൾ ഉള്ള, മരത്തിന്റെ തൂണുകൾ താങ്ങി നിർത്തുന്ന ഒരു പഴയ ബിൽഡിംഗ്. മോഡി സ്ട്രീറ്റിൽ ഇതുപോലെ വേറെയും ചില കെട്ടിടങ്ങൾ ഉണ്ടായിരുന്നു. ആയുസ്സു നീട്ടിക്കിട്ടിയ കെട്ടിടങ്ങൾ. വീഴാതിരിക്കാൻ മരത്തിന്റെ മുട്ട് കൊടുത്ത പഴയ കെട്ടിടങ്ങൾ. ഇടയ്ക്കൊക്കെ സമയം കിട്ടുമ്പോൾ വല്ല സിനിമയ്ക്കും പോകും. പൊതുവെ സമാന്തര (ഓഫ് ബീറ്റ്) സിനിമകളോടായിരുന്നു ഞങ്ങളുടെ താൽപ്പര്യം. അങ്ങനെയുള്ള സിനിമകൾ അധികവും തിയേറ്ററിൽ കാണാനും പറ്റില്ല.

കുറച്ചുദിവസം നീണ്ടുനിൽക്കുന്ന ഒരു ഇന്ത്യൻ ഫിലിം ഫെസ്റ്റിവൽ ബോംബെയിൽ നടക്കുന്നു എന്നറിഞ്ഞപ്പോൾ ഏറെ സന്തോഷമായി. ചർച്ച് ഗേറ്റ് സ്റ്റേഷന് അടുത്താണ് ഫെസ്റ്റിവൽ നടക്കുന്നത്. ചർച്ച് ഗേറ്റ് സ്റ്റേഷൻ ബോംബെയിലെ തെക്കേ അറ്റത്തുള്ള ടെർമിനസ് ആണ്. വി.ടി.ക്ക് സമാന്തരമായ മറ്റൊരു ടെർമിനസ്. ബോംബയിൽ ഏറ്റവും ഇഷ്ടപ്പെട്ട ട്രെയിൻ യാത്ര ഏതാണെന്ന് ചോദിച്ചാൽ മനസ്സിൽ

വരുന്നത് ചർച്ച് ഗേറ്റ് യാത്രയാണ്. യാത്രയിൽ പലയിടത്തും പാളത്തിനു സമാന്തര റോഡുകളിലൂടെ ബസ്സുകളും കാറുകളും നീങ്ങുന്നു. മറു വശത്തു അകലെ ചൗപ്പാത്തി ബീച്ചിന്റെ അടുത്തുള്ള റോഡിന്റെ ശകലങ്ങൾ കാണാം. യാത്രക്കാർ അധികവും നരിമാൻ പോയിന്റിലും ഫോർട്ടിലും എല്ലാം ജോലി ചെയ്യുന്നവർ ആയിരിക്കും. മിക്കവാറും വലിയ കമ്പനികളുടെയെല്ലാം കോർപ്പറേറ്റ് ഓഫീസുകൾ നരിമാൻ പോയിന്റിൽ ആണ്.

ഭരണസിരാകേന്ദ്രമായ മന്ത്രാലയ ഇവിടെ അടുത്തു തന്നെ. ഇന്ത്യയിലെ ഇതര സംസ്ഥാനങ്ങളിൽ ഭരണസിരാകേന്ദ്രത്തെ സെക്രട്ടറിയേറ്റ് അഥവാ സചിവാലയ എന്ന് വിളിക്കുമ്പോൾ മഹാരാഷ്ട്രയിൽ മന്ത്രാലയ എന്ന് വിളിക്കുന്നു, ജനാധിപത്യത്തിൽ സെക്രട്ടറിമാരല്ല മന്ത്രിമാരാണ് ഭരണചക്രം തിരിക്കുന്നത് എന്ന ബോധ്യമാണത്രെ മന്ത്രാലയ എന്ന പേരിൽ കലാശിച്ചത്. ഇന്ററസ്റ്റിംഗ് ആയി തോന്നിയ ഒരു വിശദീകരണം. പിന്നെ എയർ ഇന്ത്യയുടേയും ഇന്ത്യൻ എക്സ്പ്രസ്സിന്റെയും ഓഫീസുകളും അടുത്തുതന്നെ. ചർച്ച് ഗേറ്റ് സ്റ്റേഷന് അടുത്ത് ഗവണ്മെന്റ് ലോ കോളേജ്. ഏഷ്യയിലെ ആദ്യത്തെ ലോ കോളേജ്. ഇന്ത്യൻ സുപ്രീംകോടതിയിലെ അഞ്ച് ചീഫ് ജസ്റ്റിസുമാരെയാണത്രേ ഈ കലാലയം സംഭാവന ചെയ്തത്. അത് മാത്രമോ? അംബേദ്കറും പ്രതിഭാപാട്ടീലും നാനി പാൽക്കിവാലയും ലോകമാന്യ തിലകനും അദ്വാനിയും രാംജെത് മലാനിയും തുടങ്ങി എത്ര പ്രഗത്ഭരാണ് ഇവിടെ നിന്നും നിയമബിരുദം നേടിയത്.

എം.എൽ.എ ക്വാർട്ടേഴ്സിന് അടുത്താണ് ആകാശവാണി തീയേറ്റർ. അവിടെ സാധാരണ സിനിമാപ്രദർശനങ്ങൾ ഉണ്ടായിരുന്നോ എന്ന് ഓർമ്മയില്ല. എങ്കിലും എൻ.എഫ്.ഡി.സി. (NFDC) സംഘടിപ്പിക്കുന്ന ഈ ഫിലിം ഫെസ്റ്റിവൽ പ്രദർശനങ്ങൾ അവിടെയാണ്. വിവിധഭാഷകളിൽ ഉള്ള ഒട്ടേറെ ചിത്രങ്ങൾ പ്രദർശനത്തിന് എത്തുന്നു. മലയാളം ചിത്രങ്ങളും ഉണ്ട്. എല്ലാ ദിവസവും രണ്ടോ മൂന്നോ സിനിമകൾ ഉണ്ട്. കണ്ട സിനിമകൾ ഒന്ന് ഓർത്തെടുക്കട്ടെ. ഇന്ത്യയിലെ ആദ്യത്തെ സംസ്കൃതം സിനിമ ആദിശങ്കരാചാര്യ. പിന്നെ ഗോവിന്ദ് നിഹ്ലാനിയുടെ അർദ്ധസത്യ. മൃണാൾ സെന്നിന്റെ കന്ദഹാർ. കന്നഡ സിനിമ ബാങ്കർ മാർഗയ്യ, തമിഴിലെ ഒരു ഇൻഡിയ കനവ, തെലുങ്കിലെ സാഗര സംഗമം, പിന്നെ മധുരം കൂട്ടാൻ മലയാളത്തിലെ മലമുകളിലെ ദൈവം, നോക്കുകുത്തി. ആയിരത്തി തൊള്ളായിരത്തി എൺപത്തി മൂന്നിലെ ദേശീയ അവാർഡ് കിട്ടിയ മിക്കവാറും എല്ലാ സിനിമകളും അന്ന് കാണാൻ പറ്റി.

കൂട്ടുകാർക്ക് കത്തെഴുതുമ്പോൾ ചില സിനിമകളെപ്പറ്റി എഴുതി. ഈ എഴുതുന്നത് കുറച്ചധികം പേരിലേക്ക് എത്തിയാൽ ഇത് കാണാൻ

അവസരം കിട്ടാത്തവർക്ക് സിനിമകളെപ്പറ്റി അറിവ് ആകുമെന്ന് തോന്നി. അന്ന് മലയാളപത്രങ്ങളിൽ തൃശൂർ ഭാഗത്ത് ഏറെ പ്രചാരം ഉള്ള ഒരു എക്സ്പ്രസ്സ് ദിനപത്രം ഉണ്ടായിരുന്നു. ബോംബെയിലും ചില ഇട ങ്ങളിൽ ഈ പത്രം കിട്ടും. മാട്ടുംഗയിലും ചെമ്പൂരിലും എക്സ്പ്രസ്സ് കിട്ടും. ഒന്ന് പത്രത്തിലേക്ക് എഴുതി അയച്ചാലോ? ഒരു പരീക്ഷണം ആയി അർദ്ധസത്യയുടെ ഒരു ആസ്വാദനം എഴുതി അയച്ചു. സംഗതി ഏറ്റു. ഞായറാഴ്ച പതിപ്പിൽ അച്ചടിച്ചുവന്നു. അപ്പോൾ പിന്നെ ശങ്കരാ ചാര്യയുടേയും കന്ദഹാറിന്റെയും ആസ്വാദനങ്ങൾ എഴുതി. അതും പ്രസിദ്ധീ കരിച്ചു. പത്രത്തിന്റെ കോപ്പി സംഘടിപ്പിക്കാൻ അന്റോപ് ഹില്ലിൽ നിന്നും മാട്ടുംഗ സ്റ്റേഷൻ വരെ നടക്കണം. അതും ഒരു ദിവസം വൈകിയേ പത്രം കിട്ടൂ. മിക്കവാറും അയച്ച അടുത്ത ആഴ്ചതന്നെ പ്രസിദ്ധീ കരിക്കും. തുടർന്നും ആകാശവാണി തിയ്യേറ്ററിലും വോർളിയിലെ ലാലാ ലജ്പത്റായ് കോളേജിലും സമാന്തരസിനിമകൾ പ്രദർശിപ്പിക്കുമ്പോൾ കാണാൻ പോകാറുണ്ട്.

സ്വയം ഏറ്റെടുത്ത ഒരു ഫ്രീലാൻസ് ജേർണലിസ്റ്റ് ജോലി ആയി. ഫ്രീ ആയി ജേർണലിസം ചെയ്യുന്ന ജേർണലിസ്റ്റ്. തുടക്കം ഇഷ്ടപ്പെട്ടു. ഒന്ന് പയറ്റി നോക്കിയാലോ? സിനിമാപ്രദർശനത്തിന് വരുന്ന സംവി ധായകരുമായി അഭിമുഖങ്ങൾക്കും ഇടയ്ക്ക് അവസരം കിട്ടി. ജി അര വിന്ദനുമായും കെ.ആർ. മോഹനനുമായും ഇങ്ങനെ ഒരു അവസര ത്തിൽ സംസാരിച്ചതോർക്കുന്നു. അരവിന്ദൻ അദ്ദേഹത്തിന്റെ ഒരി ടത്ത് എന്ന സിനിമയുടെ ആദ്യപ്രദർശനത്തിന് വന്നതായിരുന്നു. കെ.ആർ. മോഹനൻ വന്നത് പുരുഷാർത്ഥത്തിന്റെ പ്രദർശനത്തിന് വേണ്ടി. വീണ്ടും ചില ആസ്വാദനങ്ങൾ അച്ചടിച്ചു വന്നു. മോഹൻ ജോഷിഹസീർ ഹോ, സാരാംസ്, ചിദംബരം എന്നീ പേരുകൾ ഓർമ്മ യുണ്ട്. ഒരുപക്ഷേ ഹിന്ദി ഓഫ്ബീറ്റ് സിനിമകൾ ഏറ്റവും അധികം ഇറങ്ങിയതും എൺപതുകളിൽ ആയിരിക്കണം.

ഫോർട്ടിലെ മാക്സ് മുള്ളർ ഭവനിൽ ഹമാരാ ശഹർ (ബോംബെ) കണ്ടതിനുശേഷം അതിന്റെ ഡയറക്ടർ ആനന്ദ് പട്വർദ്ധനുമായും സംസാരിച്ചു. ബോംബെയെപ്പറ്റിയും അതിലെ ചേരികളെപ്പറ്റിയുമുള്ള ആ സിനിമ കാണാൻ വിദേശികളടക്കം പലരും ഒത്തുചേർന്നിരുന്നു. സിനിമ കണ്ട് പുറത്തിറങ്ങിയപ്പോൾ സിനിമയ്ക്കപ്പുറം എന്തിനെപ്പറ്റി എഴുതും എന്നായി അപ്പോഴത്തെ ചിന്ത.

ഒരു ജേർണലിസ്റ്റിന്റെ കുപ്പായം എനിക്ക് ചേരുമോ? പിന്നെ കുറച്ചു ദിവസങ്ങൾ എഴുത്തിന്റെ പണിപ്പുരയിൽ ആയിരുന്നു. ചില ചേരി പ്രദേശങ്ങൾ എല്ലാം സന്ദർശിച്ചു. ഒരു സുഹൃത്ത് അയാൾ എടുത്ത ചില ഫോട്ടോസ് എനിക്ക് തന്നു. അയാൾ അന്ന് കേരള ശബ്ദത്തിലോ മറ്റോ എഴുതാറുണ്ട്. ബോംബെയിലെ ചേരി ഒഴിപ്പിക്കലിനെപ്പറ്റിയായിരുന്നു

ഞാൻ എഴുതിയ ഫീച്ചർ. അടുത്ത ആഴ്ച തന്നെ വാരാന്ത്യപ്പതിപ്പിന്റെ പ്രധാന സ്റ്റോറി ആയി അത് പ്രസിദ്ധീകരിച്ചു. 'വിണ്ടുകീറുന്ന മഹാനഗരം' എന്ന പേരിൽ ആണ് പ്രധാന സ്റ്റോറി. എക്സ്പ്രസ്സിലും ദേശാഭിമാനിയിലും ബോംബെ വിശേഷങ്ങൾ എഴുതിയിരുന്ന വി.ടി. ഗോപാലകൃഷ്ണനെയും (അഭിമന്യു) മച്ചിങ്ങലിനെയും പരിചയപ്പെട്ടപ്പോൾ അന്ന് ഒരു കാര്യം ബോധ്യമായി. ഫ്രീ ജേർണലിസം ചെയ്യാൻ വേറെ ജോലി വേണമെന്ന തിരിച്ചറിവ്. പഠിത്തത്തിന്റെ കുറെ സമയങ്ങൾ ഈ ഫീച്ചർ എഴുത്തു കവർന്നെടുത്തു. ഫ്രീലാൻസ് എഴുത്ത് ഏറെക്കുറെ ഫ്രീ എഴുത്താണ്. അതുകൊണ്ട് എഴുത്തിന് കുറച്ച് അവധി കൊടുക്കാമെന്ന് കരുതി. പരീക്ഷാസമയവും അടുത്തിരുന്നു. ഇനി ജോലിയിൽ കയറിയതിന് ശേഷം തുടരാമെന്ന് സമാധാനിച്ചു.

ഒരു തൽക്കാല ഏർപ്പാടായി തുടങ്ങിയ ഐ.സി.ഡബ്ല്യൂ.എ. പഠനം പിന്നീട് പ്രധാന ഏർപ്പാടായി മാറി. കോച്ചിങ് ബോംബെയിലും പരീക്ഷ എഴുത്തിന് സെന്റർ കൊച്ചിയിലും കൊടുക്കും. മൂന്ന് വർഷങ്ങൾക്കുള്ളിൽ കോർപ്പറേറ്റ് ലോകത്തിലേക്ക് വഴി തുറന്നു തന്ന ഒരു ക്വാളിഫിക്കേഷൻ അങ്ങനെ കൈപ്പിടിയിൽ ആയി. അങ്ങനെയാണ് ഞാൻ ഒരു കോസ്റ്റ് അക്കൗണ്ടന്റ് ആയത്. അന്നത്തെ ബോംബെ കവർ സ്റ്റോറിക്ക് ശേഷം നീണ്ട മുപ്പത്തഞ്ചുവർഷം കടന്നുപോയി. ഒരു നീണ്ട ഇടവേള.

ഡൊറോത്തി മദാമ്മയും ഞാനും

ഗേറ്റ് വേ ഓഫ് ഇന്ത്യയും നരിമാൻ പോയിന്റും കണ്ടതിന് ശേഷം ഞാൻ പറഞ്ഞു.

"എനിക്ക് മലബാർ ഹിൽ വരെ പോണം."

"അവിടെ ആരെ കാണാനാ?" ശശി ചോദിച്ചു.

"ചുമ്മാ ഒന്ന് ഹാങ്ങിങ് ഗാർഡൻസ് വരെ. കമല നെഹ്റു പാർക്ക്."

പട്ടണത്തിന്റെ മാറ്റങ്ങൾ കാണാൻ ഇറങ്ങിയതാണ്. ഇത്തവണ ഗൗതം കൂടെ ഉണ്ട്. ഇടയ്ക്കു മുംബൈ വഴി വരുമ്പോൾ നെരുളിൽ (Nerul) ശശിയുടെ ഫ്ളാറ്റിൽ ആണ് താമസിക്കുക. പ്രധാന സ്ഥലങ്ങൾ എല്ലാം ചുറ്റിക്കറങ്ങി.

ചൗപ്പാത്തി വഴി ഇനി മലബാർ ഹിൽസിലേക്ക്. രാത്രികളിൽ ഇവിടെ വരുമ്പോൾ കാണാൻ നല്ല ഭംഗിയാണ്. ക്വീൻസ് നെക്ലേസ് എന്ന് അറിയപ്പെടുന്ന, രാത്രിയിൽ പ്രകാശം വിതറുന്ന മറൈൻ ഡ്രൈവ്റോഡ്. അവിടെ നിന്നും കുറച്ചു മാറിയാൽ മലബാർ ഹിൽസ്. വണ്ടി പാർക്ക് ചെയ്തു പാർക്കിലേക്ക് നടന്നു. അത്ര വലിയ പാർക്കൊന്നുമല്ല. ഒട്ടും തിരക്കില്ല. പണ്ട് ബോംബെയിലെ പണക്കാരുടെ താമസസ്ഥലം ആയിരുന്നു മലബാർ ഹിൽസ്. ബിസിനസ്സുകാരും സിനിമാനടന്മാരും ഇവിടെ താമസിച്ചിരുന്നു. രാജ്ഭവൻ ഇവിടെ അടുത്താണ്. എന്നാലും അതൊന്നുമല്ല എന്നെ ഇവിടേക്ക് ആകർഷിച്ചത്. ഇവിടെ എന്നാണ് അവസാനം വന്നത്? ഒരു മുപ്പത് വർഷം മുമ്പ് ഇവിടെ വന്നിരുന്നു. അന്ന് പുപുൽ ജയ്കർ എന്ന എഴുത്തുകാരിയെ കാണാൻ അനിയനുമായി വന്നതാണ്. ജിദ്ദു കൃഷ്ണമൂർത്തിയുടെ ജീവചരിത്രം എഴുതിയ എഴുത്തുകാരി. അവർ ഇന്ദിരഗാന്ധിയുമായും രാജീവ്ഗാന്ധിയുമായും അടുപ്പം പുലർത്തിയിരുന്നു. അന്ന് ഇവിടെ പാർക്കിൽ വരാൻ പറ്റിയില്ല. ശരിയാണ്, എൺപത്തി ആറിന് ശേഷം ഇവിടെ വരുന്നത് ഇപ്പോഴാണ്.

ബോംബെയിൽ വന്ന് ജോലിയിൽ പ്രവേശിച്ചത് ഇവിടെ ആയിരുന്നു. ആദ്യത്തെ ശമ്പളം WIAA ക്ലബ്ബിൽ നിന്ന്. ഇന്ന് അതിന്റെ പേര് മാറ്റി മലബാർ ക്ലബ്ബ് എന്നാണ്. അത് ഈ പാർക്കിന്റെ അടുത്താണ്.

അധികകാലം ആ ജോലിയിൽ ഉണ്ടായില്ല. ഒന്നര മാസം കഴിഞ്ഞപ്പോൾ ജോലി വേണ്ടെന്ന് വെച്ചു.

എണ്ണയൊഴിച്ച യന്ത്രം പോലെയുള്ള ആ കാലം തെളിഞ്ഞുവരുന്നു. നാട്ടിൽ നിന്നും ബോംബെയിൽ എത്തുന്ന പലർക്കും ആദ്യതാമസ സ്ഥലങ്ങൾ സി.ജി.എസ് (സെൻട്രൽ ഗവൺമെന്റ് സ്റ്റാഫ്) ക്വാർട്ടേഴ്സുകൾ ആണ്. സർക്കാർ താമസിക്കാൻ തരുന്ന ക്വാർട്ടേഴ്സുകളിൽ പലരും ഒരു മുറി വാടകയ്ക്ക് കൊടുക്കുന്നു. ചിലർ ക്വാർട്ടേർസ് വാടകയ്ക്ക് കൊടുത്ത് അവരുടെ ഫ്ളാറ്റിൽ താമസിക്കും. ഒരു ഒറ്റമുറിയിൽ മൂന്ന് തലമുറകൾ ഒരുമിച്ചു കഴിയുന്നതും അന്ന് കണ്ടിട്ടുണ്ട്. അഡ്ജസ്റ്റ്മെന്റ് എന്ന വാക്കിന്റെ ശരിക്കുള്ള അർത്ഥം അറിയുന്നത് അന്നാണ്. ഇങ്ങനെ ഉള്ള ഒരു ഗവൺമെന്റ് കോളനി ആയിരുന്നു അന്റോപ് ഹില്ലിലേത്. ഏഴു സെക്ടറുകളിൽ പരന്നു കിടക്കുന്ന കെട്ടിടങ്ങളിൽ കുറെ അധികം മലയാളികൾ. അന്നത്തെ സിറ്റി ലിമിറ്റ് അവസാനിക്കുന്നത് ഇവിടെ ആയിരുന്നു. സിറ്റിക്കുള്ളിൽ അന്ന് ഓട്ടോറിക്ഷ ഇല്ല.

അന്റോപ് ഹില്ലിൽ നിന്നും കുറച്ചു നടന്നാൽ കിംഗ് സർക്കിൾ സ്റ്റേഷൻ. ബോംബെ ചലിക്കുന്നത് അതിന്റെ ലോക്കൽ ട്രെയിനുകളിലൂടെ ആണ്. കിംഗ് സർക്കിളിൽ നിന്നും ബാന്ദ്രയിലേക്കുള്ള ഹാർബർ ലൈൻ. പിന്നെ ചർനി റോഡ് വരെ വെസ്റ്റേൺ റെയിൽവേ. അവിടെനിന്നും ബസ്സ്പിടിച്ചു മലബാർ ഹിൽസ്. ഈ ഓട്ടം ശീലമാവുമ്പോൾ ആർക്കും ക്ഷീണം തോന്നില്ല. പക്ഷേ ഇതിനു കൂടെ പഠിത്തം കൂടി ആവുമ്പോൾ വശം കെടും. ബസ് പിടിച്ചു ഗ്രാൻഡ് റോഡ് 'വിലെ പാർലെ'യ്ക്കുള്ള തീവണ്ടിയിലെ തിക്കിതിരക്കിയ യാത്ര. ഓരോ മൂന്ന് മിനിറ്റിലും ഓരോ തീവണ്ടി ഉണ്ടായിട്ടും തിരക്കിന് കുറവില്ല. സ്റ്റേഷൻ അടുക്കാറാകുമ്പോൾ പാർലെ ബിസ്കറ്റിന്റെ നല്ല മണം. വിലെ പാർലെ വെസ്റ്റിൽ നിന്നും കുറച്ചു നടന്നാൽ എൻ.എം. കോളേജ് (നർസി മോൺജി & മിതിഭായ്) അവിടെ സായാഹ്നക്ലാസ്സിന് ശേഷം സുഹൃത്ത് ജോസഫുമൊത്തു തിരിച്ചു രണ്ടു തീവണ്ടികൾ മാറിക്കയറി അന്റോപ് ഹില്ലിലേക്ക്. വീട്ടിൽ തിരിച്ചെത്തി പാചകം. ഇത്ര സ്പീഡിൽ ഓടാൻ ഉള്ള ഊർജം എളുപ്പമല്ല. എങ്കിലും പറ്റുന്ന അത്ര മുന്നോട്ടു പോട്ടെ. ബോംബെയിൽ വന്നിട്ട് രണ്ടുവർഷം കഴിഞ്ഞെങ്കിലും ഇപ്പോഴേ ജോലിക്കു ശ്രമിക്കാൻ തുടങ്ങിയുള്ളൂ. കുറച്ചു പഠനങ്ങളും പിന്നെ അതിലേറെ കറക്കങ്ങളുമായി സമയം നീണ്ടുപോയി. അങ്ങനെ എൺപത്തിയാറ് ജനുവരിയിൽ ഇവിടെ ജോയിൻ ചെയ്യാനുള്ള അറിയിപ്പ് കിട്ടി.

മലബാർ ഹില്ലിൽ ഉള്ള പൈസക്കാരുടെയും സെലിബ്രറ്റീസിന്റെയും സ്പോർട്സ് ക്ലബ്ബ്. ഗസ്റ്റിനു താമസിക്കാനും സൗകര്യം ഉണ്ട്. ഓഫീസിൽ അധികം ജീവനക്കാർ ഇല്ല. പല സ്ഥലങ്ങളിൽ നിന്നും വരുന്നവർ. പഞ്ചാബിയും മറാഠിയും ഗുജറാത്തിയും പാഴ്സിയും ഗോവനും പിന്നെ

മംഗളൂരിയും. ആ കൂട്ടത്തിലേക്ക് ഒരു മലബാറിയായി ഞാനും. അല്ല, മലബാറി ഗൾഫുകാർ നൽകിയ പേരല്ലേ. ബോംബെക്കാർക്ക് നമ്മൾ മദ്രാസി ആണ്. അതെ, കടുപ്പിച്ചു പറഞ്ഞാൽ സാലെ മദ്രാസി. ഞാൻ ഇരിക്കുന്നതിന്റെ അടുത്ത സീറ്റിൽ അറുപതു വയസ്സു കഴിഞ്ഞ മിസ്ട്രി ഇരിക്കുന്നു. മിസ്ട്രി പാഴ്സി ആണ്.

ഓഫീസിൽ ആകെ ഒരു ഫോൺ ഉള്ളത് മിസ്ട്രിയുടെ അടുത്താണ്. മെമ്പേർസ് പലരും മിസ്ട്രിയെ ആണ് വിളിക്കുക. സംസാരം പലപ്പോഴും ഗുജറാത്തിയിലും. മിസ്ട്രി സ്ഥലത്തില്ലാത്ത സമയത്ത് ഇടയ്ക്കൊക്കെ ഫോൺ അറ്റൻഡ് ചെയ്യണം. ആദ്യദിനങ്ങളിൽ ഇടയ്ക്കൊക്കെ ഉറക്കത്തിൽ ഫോൺ ബെൽ അടിക്കുന്ന സ്വപ്നം കണ്ട് ഞെട്ടി ഉണരും. ഫോൺ എടുത്താൽ ഏതു ഭാഷയാണ് പറയേണ്ടി വരിക എന്ന് ഓർത്ത് നെഞ്ചിടിപ്പ് കൂടും. അങ്ങനെ ഒരു മാസം കഴിഞ്ഞപ്പോൾ അത്യാവശ്യം ധൈര്യം ഒക്കെ ആയി.

എന്റെ ബോസ് ആയിരുന്ന മിസ്സിസ് ബോസ്‌ലെയെ കാണാൻ ഒരു ദിവസം ഒരു വിദേശ വനിത എത്തി. അറുപതിനടുത്തു പ്രായം ഉണ്ട്. ഓസ്ട്രേലിയൻ ജേർണലിസ്റ്റ്, ക്ലബ്ബിൽ രണ്ടുമൂന്ന് ദിവസം താമസിക്കാൻ വന്നതാണത്രേ. ബോസ്‌ലെ പറഞ്ഞു. കുറച്ചു ജേർണലിസം താല്പര്യങ്ങൾ എനിക്കും ഉണ്ടായിരുന്നു. ഉച്ചയ്ക്ക് ക്യാന്റീനിൽ പോയപ്പോൾ അവരെ കണ്ടു. പരിചയപ്പെട്ടപ്പോൾ അവർക്ക് എന്നോട് കൂടുതൽ സംസാരിക്കണമെന്ന് പറഞ്ഞു. അടുത്ത ദിവസം ഉച്ചയ്ക്ക് പാർക്കിൽ കാണാമെന്ന് പറഞ്ഞു.

''ഡൊറോത്തി വെന്റു വോർത് വാൽഷ് അതാണ് എന്റെ പേര്. ഞാൻ ഓസ്ട്രേലിയയിലെ ഒരു ജേർണലിസ്റ്റ് ആണ്. ഇടയ്ക്ക് ഇന്ത്യയിൽ വരാറുണ്ട്. ഇപ്പോൾ കാൻസറിന്റെ ചികിത്സയിലാണ്. ഇനി വരുമ്പോൾ അറിയിക്കാം. ഏതു ഭാഷയിൽ ആണ് എഴുതുന്നത്?'' അവർ ചോദിച്ചു.

''അധികം ഒന്നും എഴുതിയിട്ടില്ല. എഴുതിയതും മലയാളത്തിൽ.''

''ഇംഗ്ലീഷിലും എഴുതി നോക്കണം. കുറെ വായിക്കണം. പുതിയ വാക്കുകൾ പഠിക്കണം. എന്റെ വക ഒരു ചെറിയ സമ്മാനം ഇരിക്കട്ടെ.''

അവർ ചെറിയ ഒരു ഇംഗ്ലീഷ് ഡിക്ഷ്ണറി എനിക്ക് സമ്മാനിച്ചു. അതിന്റെ അവസാനത്തെ പേജിൽ ഓസ്ട്രേലിയയിലെ വിലാസം എഴുതി വെച്ചിരുന്നു. ഒന്നു രണ്ടു കത്തുകൾ അയച്ചു. അവർ അടുത്ത തവണ ഇന്ത്യയിൽ വരുന്നത് അവരുടെ മകളുടെ വിവാഹത്തിന് ശേഷം ആണെന്നും അപ്പോൾ വൃദ്ധയായ ഒരു ജേർണലിസ്റ്റുമായി സൗത്ത് ഇന്ത്യ മുഴുവൻ കറങ്ങാൻ ചെല്ലണമെന്നും അതിന്റെ ചെലവെല്ലാം അവർ എടുക്കാമെന്നും ഒരിക്കൽ എനിക്കെഴുതി. പിന്നെ എന്തോ

കത്തെഴുത്ത് നിന്നു പോയി. ടൂർ ഉണ്ടായില്ല. ഇടയ്ക്കിടയ്ക്കു വീടുകൾ മാറുന്നവർക്ക് സ്ഥിരമായ മേൽവിലാസം ഉണ്ടാവില്ലല്ലോ. കത്തെഴുത്ത് മുറിഞ്ഞുപോയി. ആ ജോലിയിൽ അധികകാലം തുടർന്നില്ല. പഠനം തുടരാനായി അധികം താമസിയാതെ ആ ജോലി ഉപേക്ഷിച്ചു.

വർഷങ്ങൾ കടന്നുപോയിട്ടും ഈ പേര് മനസ്സിൽ തങ്ങിനിന്നു. ഡൊറോത്തി വെന്റു വോർത് വാൽഷ്. ഇടയ്ക്ക് ഗൂഗിളിൽ വെറുതേ സെർച്ച് അടിച്ചു നോക്കും. എന്നെങ്കിലും ഡൊറോത്തി മദാമ്മയെ കണ്ടു കിട്ടിയാലോ. ഇപ്പോൾ ഒരുപാട് വയസ്സായിക്കാണും. പിന്നെ പുതിയ ടെക്നോളജി ഒന്നും അവർ ഉപയോഗിക്കാൻ സാധ്യത ഇല്ല. എന്നാലും വെറുതെ ഒരു രസം.

ഒരു ദിവസം രണ്ടായിരത്തി പതിമ്മൂന്നിലാണെന്ന് തോന്നുന്നു. സെർച്ച് ചെയ്തപ്പോൾ കുറച്ചു ഡീറ്റെയിൽസ് അറിയാൻ പറ്റി. ഒരു റേഡിയോ പ്രോഗ്രാമിൽ അവരെ ഇന്റർവ്യൂ ചെയ്ത ഒരു വോയ്സ് ക്ലിപ്പ് കേട്ടു. അത് കുറച്ചു പഴയ ഒരു ഇന്റർവ്യൂ ആയിരുന്നു. ഞാൻ ഇത് കേൾക്കുന്നതിന് മുമ്പേ അവർ മരണപ്പെട്ടിരുന്നു. അറിഞ്ഞപ്പോൾ കുറച്ചു നേരത്തെ അറിഞ്ഞിരുന്നെങ്കിൽ എന്ന് തോന്നി.

ഓസ്ട്രേലിയയിലെ അറിയപ്പെട്ട ഒരു ജേർണലിസ്റ്റ് ആയിരുന്നു ഡൊറോത്തി വെന്റു വോർത് വാൽഷ്. അമ്പതുകളുടെ തുടക്കം മുതൽ എൺപതുകളുടെ അവസാനംവരെ പലപ്പോഴായി ബി.ബി.സി. റേഡിയോവിനും എ ബി സിക്കും വേണ്ടി റിപ്പോർട്ടിങ് നടത്തി. വളരെ കയ്പേറിയ ബാല്യം ആയിരുന്നു അവരുടേത്. വളർത്തച്ഛന്റെ പീഡനം കഠിനമായിരുന്നു. അച്ഛൻ ആരെന്നറിയാതെ വളർന്നു. പന്ത്രണ്ടാമത്തെ വയസ്സിൽ പഠിത്തം ഉപേക്ഷിക്കേണ്ടി വന്നു. പുസ്തകങ്ങൾ അവളിൽ നിന്ന് ഒളിപ്പിച്ചു വെച്ചിരുന്നു അവളുടെ രണ്ടാനച്ഛൻ. പിന്നെ ലൗണ്ടറി മുറിയിൽ നിന്നും കിട്ടിയ ഒരു പഴയ ഡിക്ഷ്ണറി നോക്കി രാത്രി ആരും കാണാതെ വായിച്ചു പഠിച്ച വാക്കുകൾ. ടോർച്ചു കത്തിച്ച് ആരും കാണാതെ പഠിച്ച അർത്ഥങ്ങൾ. കണക്കോ ഗ്രാമറോ ഒന്നും പഠിച്ചില്ല. വാക്കുകൾ മാത്രം. അത് വായിച്ചപ്പോൾ മനസ്സിൽ എന്തെന്നില്ലാത്ത ഒരു നീറ്റൽ തോന്നി. ഒരു പരിചയവും ഇല്ലാത്ത എനിക്ക് എന്തിനാവും അവർ ആ ഡിക്ഷ്ണറി സമ്മാനിച്ചത്? അവരെപ്പറ്റി കുറച്ചുകൂടി അറിയണമെന്ന് തോന്നി.

പ്രായപൂർത്തി ആയതിന് ശേഷമാണ് അച്ഛൻ ആരാണെന്ന് അവർ അറിയുന്നത്. റോയൽ ഓസ്ട്രേലിയൻ എയർഫോഴ്സിലൂടെ ബ്രിട്ടീഷ് സൈന്യത്തിൽ ഒരു ചാരൻ ആയി കയറിയ മേജർ എഡിസൺ. ഒരു സാഹസിക അഭ്യാസത്തിലൂടെ ലാറെൻസ് ഓഫ് അറേബ്യയെ തുർക്കിഷ് ജയിലിൽ നിന്നും മോചിപ്പിച്ച പോരാളി. അവരുടെ രണ്ടാനച്ഛന്റെ സഹോദരൻ. താനാണ് അവളുടെ അച്ഛൻ എന്ന് ഡൊറോത്തിയോട്

ലണ്ടനിൽ വെച്ച് കുറ്റസമ്മതം നടത്തുമ്പോൾ അവളുടെ പ്രായം ഇരുപത്തിനാല്. നഷ്ടപ്പെട്ട ബാല്യത്തെ ഓർത്ത് അവൾ വേദനിച്ചു. കല്യാണത്തിനു മുമ്പേ ഒരു കുഞ്ഞിനെ നൽകി കാമുകൻ യുദ്ധത്തിൽ മരണമടഞ്ഞത് അവൾക്കു അടുത്ത ആഘാതം ആയി. അങ്ങനെ പല പല വിചിത്രഅനുഭവങ്ങൾ. ഒടുവിൽ പിതൃത്വം തെളിയിച്ചു ജനന സർട്ടിഫിക്കറ്റ് കിട്ടുമ്പോൾ പ്രായം നാല്പത്തിഏഴ്.

ഓസ്ട്രേലിയയിൽ ഉള്ള എന്റെ സുഹൃത്തു സുധീറിനോട് അവർ എഴുതിയ ഒരു പുസ്തകം കിട്ടുമോ എന്ന് ചോദിച്ചു. സുധീർ ശ്രമിച്ചെങ്കിലും ബുക്ക് ഔട്ട് ഓഫ് സ്റ്റോക്ക് ആയിരുന്നു. പിന്നെ ആമസോൺ വഴി ഒരു കോപ്പി സംഘടിപ്പിച്ചു. എന്റെ ഒരു മനഃസമാധാനത്തിന്. 'A room in Bombay & other stories' എന്നാണ് ബുക്കിന്റെ പേര്. റിപ്പോർട്ടറായി ഇന്ത്യയിൽ ചിലവഴിച്ചപ്പോൾ അവർ മനസ്സിലാക്കിയ ബോംബെ കഥകൾ. ഡൊറോത്തി മദാമ്മയ്ക്ക് പ്രണാമം.

ഞങ്ങൾ കമല നെഹ്റു പാർക്കിലൂടെ തിരിച്ചു നടന്നു. പാർക്കിന്റെ തൊട്ടടുത്താണ് പാഴ്സികളുടെ ശവംമറവു ചെയ്യുന്ന ടവർ ഓഫ്സൈലൻസ്. ബോംബെയിലെ ഏറ്റവും വില കൂടിയ ഇടങ്ങളിൽ ഉൾപ്പെടുന്ന മലബാർ ഹില്ലിൽ അമ്പത്തിനാല് ഏക്കർ സ്ഥലത്തു പരന്നു കിടക്കുന്നു ഈ ശവപ്പറമ്പ്. ദഖ്മ എന്ന് പറയുന്ന ഈ സ്ഥലത്തിന് മുന്നൂറു വർഷത്തെ പഴക്കമുണ്ട്. പ്രകൃതിയെ മലിനമാക്കുമെന്ന് കരുതി കഴുകന് തിന്നാൻ കിണറിന് മുകളിൽ വെക്കുന്ന ശവശരീരം കഴുകൻ കൊത്തി വലിച്ച് എല്ലുകൾ അവിടെത്തന്നെ കളഞ്ഞുപോകുന്ന സ്ഥലമാണ് അത്. വളരെ കൗതുകത്തോടെ പുറത്തുനിന്ന് നോക്കിക്കണ്ടിരുന്ന സ്ഥലം. പാഴ്സികൾക്കു മാത്രമേ അവിടെ പ്രവേശനമുള്ളൂ. ബോംബെയെ ഇതുപോലെ ഒരു വൻ നഗരം ആക്കുന്നതിൽ ഒരു പ്രധാന പങ്ക് പാഴ്സികളുടെയാണ്. ഇന്ത്യയിൽ തന്നെ എത്രയോ പ്രശസ്തരായ വ്യക്തികൾ. പരിചയമുള്ള ചില പാഴ്സി സുഹൃത്തുക്കളുടെ പേരുകൾ ഓർത്തുകൊണ്ട് പുറത്തേക്കിറങ്ങി. ഇന്ന് അവരൊക്കെ എവിടെയാണാവോ? മരണത്തിന് കീഴടങ്ങിയ ആരെയെങ്കിലും ഇവിടെ മറവു ചെയ്തോ? ഒരു നെടുവീർപ്പോടെ മലബാർ ഹില്ലിനോട് വിട.

ഓട്ടോക്കാരോടാണോ കളി?

ഇനി തൊഴിൽരംഗത്തേക്ക് ഇറങ്ങണം. ഐ.സി.ഡബ്ല്യൂ.എ പരീക്ഷ കഴിഞ്ഞിരിക്കുന്ന സമയം. തൽക്കാലം ഭാരത് ബിജ്‌ലി എന്ന കമ്പനിയിൽ ട്രെയിനി ആയി കയറിയിട്ടുണ്ട്. അത് ഒരു താൽക്കാലികനിയമനം ആയിരുന്നു. ആ ജോലിയുടെ ഭാഗമായി നടന്ന മെഡിക്കൽ ടെസ്റ്റിൽ കാഴ്ചയ്ക്ക് മിഴിവേകാൻ കണ്ണടവെക്കാൻ ഡോക്ടർ എന്നോട് പറഞ്ഞു. കോർപ്പറേറ്റ് ജീവിതം അങ്ങനെ കാഴ്ച മാറ്റി തുടങ്ങി.

ന്യൂ ബോംബയിൽ വാഷിയിൽ ആണ് താമസം. അതിനടുത്തുള്ള താനെ–ബേലാപ്പൂർ ബെൽറ്റിൽ ആണ് പല കെമിക്കൽ കമ്പനികളും ഇലക്ട്രോണിക് കമ്പനികളും. വഴികളിലേക്ക് കെമിക്കൽ ഗന്ധം പുറത്തു തള്ളുന്ന പല ഫാക്ടറികളും അവിടെ ഉണ്ടായിരുന്നു. ബി.എ.എസ്.എഫ്, നോസിൽ, ഐ.സി.ഐ, സ്റ്റാൻഡേർഡ് ആൽക്കലീസ്, ഫിലിപ്സ്, സീമെൻസ്, ഫൈസർ, റെക്കിറ്റ് ആൻഡ് കോൾമാൻ. അങ്ങനെ ഒട്ടേറെ പ്രമുഖ കമ്പനികൾ. രാജ്യത്തെ ഏറ്റവും വലിയ ഇൻഡസ്ട്രിയൽ ബെൽറ്റുകളിൽ ഒന്നായിരുന്നു ഈ പ്രദേശം. ഇന്ന് റിലൈൻസിന്റെ പ്രധാന കോർപ്പറേറ്റ് ഓഫീസുകൾ ഉള്ള സ്ഥലങ്ങളിൽ അന്ന് ഫാക്ടറികൾ ആയിരുന്നു. വിസ്തൃതിയിൽ പരന്നു കിടക്കുന്ന ഫാക്ടറികൾ. ഫാക്ടറികൾ പലതും ഇന്ന് ഓഫീസുകൾക്കും ഐ.ടി. സ്ഥാപനങ്ങൾക്കും വഴിമാറി കൊടുത്തു. മുംബൈ നഗരത്തിലെ തുണിമില്ലുകൾ പലതും കെട്ടിടസമുച്ചയങ്ങൾക്കു വഴിമാറിക്കൊടുത്തപോലെ.

കൽവയിൽ ആയിരുന്നു ഭാരത് ബിജ്‌ലീ ഫാക്ടറി. റോഡിന്റെ ഒരു വശത്ത് ഫാക്ടറികൾ, മറുവശം ചെറിയ ഗ്രാമങ്ങൾ. ഗാന്ധിത്തൊപ്പി വെച്ച ആണുങ്ങളും തനതു രീതിയിൽ സാരി എടുത്ത പെണ്ണുങ്ങളും താമസിച്ചിരുന്ന ഗാവ്സ്. വെറും രണ്ടു വർഷമേ ഗാന്ധിജി ഈ തൊപ്പി ധരിച്ചിട്ടുള്ളൂ. എന്നാലും ഈ തൊപ്പി എന്നും ഗാന്ധിത്തൊപ്പി തന്നെ. മഹാരാഷ്ട്രിയൻ ഗ്രാമങ്ങളിൽ പലരും ഈ തൊപ്പി ഉപയോഗിക്കുന്നു. ഇടുങ്ങിയ സ്റ്റേറ്റ് ട്രാൻസ്പോർട്ട് ബസ്സിൽ ഒഴിഞ്ഞ മീൻകൊട്ടയുമായി കയറുന്ന താർ എടുത്തു നടക്കുന്ന കോളി (മീൻ വിൽക്കുന്നവർ)

പെണ്ണുങ്ങളും ചിലപ്പോൾ ബസ്സിൽ കയറും. അപ്പോൾ ബസ്സിന്റെ ഉള്ളിൽ മത്സ്യകന്യകയുടെ ഗന്ധം. ബോംബെ സിറ്റിയിൽ ഓടിയിരുന്ന ബി.ഇ. എസ്.ടി. (ബെസ്റ്റ് സിറ്റി ട്രാൻസ്പോർട്ട്) ബസ്സുകളുടെ വൃത്തി ഒന്നും എസ്.ടി. (സ്റ്റേറ്റ് ട്രാൻസ്പോർട്ട്) ബസ്സുകൾക്കുണ്ടാവില്ല. പോരാത്തതിന് ഇടുങ്ങിയ സീറ്റുകളും. ആ വഴിയിലൂടെ ഇപ്പോൾ തുർബെ-താനെ ട്രെയിൻ സർവീസ് തുടങ്ങിയിട്ടുണ്ട്. നവി മുംബയിൽ ഉള്ള ഐരോളി, കോപ്പർ കൈരനെ എന്നീ സ്ഥലങ്ങളും വികസിപ്പിച്ചത് ഇവിടെ തന്നെ. ജോലിക്കായുള്ള ഒരു ഇന്റർവ്യൂ കാൾ കിട്ടിയിട്ടുണ്ട്. ബജാജ് ഗ്രൂപ്പിൽ ഉള്ള ഹെർക്യുലെസ് ഹോയ്സ്റ്റ്സ് എന്ന കമ്പനി. അവരുടെ മുലുണ്ടിലെ ഫാക്ടറിയിലാണ് ജോലി ഒഴിവ്. ആ ഭാഗത്തേക്ക് അധികം യാത്ര ചെയ്തിട്ടില്ല. അതിന്റെ അടുത്ത സ്റ്റേഷൻ ഭാന്ദുപ് വരെ ഇടയ്ക്കു പോകാറുണ്ട്. അവിടെ എന്റെ സുഹൃത്ത് ഉല്ലാസ്, ചേച്ചിയുമായി താമസിച്ചിരുന്നു. ചതുപ്പുനിലങ്ങൾക്കും ഉപ്പുപാടങ്ങൾക്കും ഇടയിലൂടെ പോയാൽ അവരുടെ കോളനിയിൽ എത്തും. വിജനമായ വഴികളിൽ ഇടയ്ക്കു പിടിച്ചുപറികളും നടക്കാറുണ്ടത്രെ.

കുർളയിൽ നിന്നും ട്രെയിനിൽ യാത്ര ചെയ്യുമ്പോൾ കിഴക്ക് ഭാഗത്തായി ഒഴിഞ്ഞ പല സ്ഥലങ്ങൾ കാണാം. ഇത് പലയിടത്തായി വ്യാപിച്ചുകിടക്കുന്ന ഉപ്പ്പാടങ്ങളിൽ ഉൾപ്പെടുന്ന സ്ഥലങ്ങളാണ്. വെള്ളം ആവിയായി പോകുമ്പോൾ അവിടങ്ങളിൽ പലയിടത്തും ഉപ്പിന്റെ വെള്ളനിറത്തിലുള്ള കൂമ്പാരങ്ങൾ കാണും. മുംബൈ നഗരത്തിൽ അയ്യായിരം ഏക്കറിൽ അധികം ഉപ്പുപാടങ്ങൾ ഉണ്ടത്രേ. വർഷങ്ങൾക്കുമുമ്പ് ഇവിടുത്തെ നാട്ടുകാരുടെ ജീവിതമാർഗ്ഗങ്ങൾ മീൻ പിടുത്തവും ഉപ്പ് കൃഷിയുമായിരുന്നു. കടൽ വെള്ളം വറ്റിച്ചാണ് ഉപ്പ് ഉണ്ടാക്കുന്നത് എന്ന് സ്കൂളിൽ പഠിച്ചിട്ടുണ്ടെങ്കിലും ബോംബെയിലെ പുത്തൻ നേർകാഴ്ചകളിൽ ഒന്നായിരുന്നു ഈ ഉപ്പ്പാടങ്ങൾ.

വാഷിയിൽ നിന്നും ബസ് കയറി മാൻഖുർദ് സ്റ്റേഷനിൽ ഇറങ്ങി. അവിടെനിന്നും ബസ്സിൽ ചെമ്പൂർ വഴി ഘാട്കോപ്പർ. പിന്നെ ട്രെയിനിൽ മുളുണ്ട്. ബോംബെ കോർപ്പറേഷന്റെ അവസാന സ്റ്റേഷൻ ആണ് മുളുണ്ട്. മെട്രോ പരിധി കടന്നാൽ പിന്നെ താനെ മുനിസിപ്പൽ കോർപ്പറേഷന്റെ ഭാഗമായ സ്ഥലങ്ങൾ ആണ്. ബോംബെ ബസ്സുകളുടെ (ബി.ഇ. എസ്.ടി.) അവസാന സ്റ്റോപ്പും ഇവിടെയാണ്. നഗരത്തിലേക്ക് വരുന്ന ട്രക്കുകളുടെ ചുങ്കം പിരിക്കാൻ ഒക്ടറായി ചെക്നാക്കയും മുളുണ്ടിൽ ആണ്. ജോൺസൻ & ജോൺസൻ ഉൾപ്പെടെ പല പ്രമുഖ കമ്പനികളും സ്ഥിതിചെയ്യുന്ന എൽ.ബി.എസ്. റോഡിന് അടുത്താണ് ഫാക്ടറി.

മുളുണ്ട് വെസ്റ്റിൽ നിന്നും പിന്നെ ഫാക്ടറി വരെ പോകാൻ സൗകര്യത്തിന് ബസ്സില്ല. ഓട്ടോയിൽ പോകണം. ബോംബെയിൽ വന്നപ്പോൾ ഏറ്റവും ഇഷ്ടപ്പെട്ട ഒരു കാര്യമായിരുന്നു ഇവിടുത്തെ ഓട്ടോ-ടാക്സി

സർവീസ്. നാട്ടിലെപോലെ വലിയ വിലപേശൽ ഒന്നും ഇല്ല. മീറ്റർ ചാർജ് എത്രയാണ്, അത് കൊടുത്താൽ മതി. ബാക്കി കൃത്യമായി തരികയും ചെയ്യും. അതുകൊണ്ട് വലിയ സൗകര്യവുമാണ്

ഇന്റർവ്യൂവിന് തയ്യാറെടുത്തു ഞാൻ മുളുണ്ട് സ്റ്റേഷനിൽ ചെന്നിറങ്ങി. വെസ്റ്റേൺ സൈഡിൽ പോയി ഓട്ടോ വിളിച്ചു. റാലി വോൾഫ് എന്ന ഒരു വലിയ കമ്പനിയുടെ എതിർവശത്തുള്ള ഹെർക്യൂലെസ് ഹോയ്സ്റ്റ്സ്. ഞാൻ സ്ഥലം വ്യക്തമായി പറഞ്ഞു. ബോംബെയിൽ ഓട്ടോക്കാർ അധികവും അന്നു മറാഠികൾ ആണ്. ടാക്സിക്കാർ അധികവും സർദാർജികൾ. ഫാക്ടറിയുടെ അടുത്തെത്താൻ കുറച്ചു ടാർ ഇടാത്ത റോഡ് കുറച്ചുണ്ട്. ജോലി തരപ്പെട്ടാൽ കമ്പനി ബസ്സിൽ സ്റ്റേഷൻ വരെ പോകാം. ഓട്ടോ ഫാക്ടറി പടിക്കൽ പോയി നിർത്തി. ഞാൻ മീറ്ററിൽ കാണിച്ച കാശു കൊടുത്തു പുറത്തിറങ്ങി. ഓട്ടോ ഡ്രൈവർ അത് പോരെന്ന് പറഞ്ഞു. ‘‘മീറ്ററിൽ വന്ന കാശ് ഞാൻ തന്നല്ലോ, പിന്നെ എന്താ നിങ്ങൾ അധികം ചോദിക്കുന്നത്?’’ അവൻ അധികം കിട്ടിയാലേ പോകൂ. തർക്കം കേട്ട് സെക്യൂരിറ്റി എത്തിനോക്കി. ഇന്റർവ്യൂന് പോകുമ്പോൾ ഇനി ഒരു സീൻ ഉണ്ടാക്കേണ്ട. അയാൾ പറഞ്ഞ കാശ് കൊടുത്തു സംഗതി അവസാനിപ്പിക്കാം. ഒട്ടും താൽപ്പര്യം ഇല്ലെങ്കിലും ഞാൻ വണ്ടിയിൽ നിന്നും പുറത്തിറങ്ങി. ഒരു അവസാനത്തെ അടവ് പുറത്ത് എടുക്കാൻ ഉണ്ട്. പോക്കറ്റിൽ കൈ ഇട്ടു പൈസ എടുക്കുന്ന കൂട്ടത്തിൽ ഞാൻ അന്നത്തെ റെയിൽവേ ടിക്കറ്റ് പുറത്തെടുത്തു. അയാളുടെ ഷർട്ടിൽ കുത്തിയിരിക്കുന്ന ബാഡ്ജ് ഒന്ന് സൂക്ഷിച്ചു നോക്കി. പോക്കറ്റിൽ നിന്നും ഒരു പേന എടുത്തു ടിക്കറ്റിന്റെ പിന്നിൽ എന്തോ കുത്തിക്കുറിച്ചു. അയാളെ ഒന്ന് അമർത്തി നോക്കി. എന്റെ അടവ് ഫലിച്ചില്ല. പറഞ്ഞ പൈസ തന്നെ കൊടുത്തു. ഫാക്ടറിയുടെ ഉള്ളിൽ കയറി.

ബജാജ് ഗ്രൂപ്പിലുള്ള ഒരു കമ്പനി ആയിരുന്നു ഹെർക്യൂലെസ് ഹോയ്സ്റ്റ്സ്. ഒരു ഇടത്തരം കമ്പനി. അവരുടെ കോസ്റ്റിങ് ഡിപ്പാർട്ട്മെന്റ് സ്ഥാപിക്കലാണ് ജോലിയുടെ പ്രധാന ദൗത്യം. കമ്പനിയുടെ ഫിനാൻസ് മാനേജരും കമ്പനി സെക്രട്ടറിയും ആയിരുന്ന സുനിൽ ജോഷിയുമായി ആയിരുന്നു ഇന്റർവ്യൂ. സൗമ്യനായ ഒരു ചെറുപ്പക്കാരൻ ആയിരുന്നു സുനിൽ ജോഷി. സിഎ, ഐ.സി.ഡബ്ല്യൂ.സി.എസ്, എൽ.എൽ.ബി. തുടങ്ങിയ ബിരുദങ്ങൾ പേരിന്റെ അകമ്പടി ആയിട്ടുണ്ട്. അതിന്റെ ഒരു തലക്കനവും ഇല്ല. ബോംബെയിൽ അന്ന് കോളേജിൽ പോകുമ്പോൾ തന്നെ ചിലർ ഒപ്പം പല സമാന്തരപഠനങ്ങളും നടത്തും. ഇരുപത്തഞ്ചു വയസ്സാകുമ്പോൾ ഇവരുടെ കൈയിൽ ഒരു കൊട്ട ബിരുദങ്ങൾ ഉണ്ടാവും. ജോഷിയുമായുള്ള ഇന്റർവ്യൂവിന് ശേഷം അവരുടെ പേഴ്സണൽ മാനേജരുമായി അടുത്ത ഇന്റർവ്യൂ. എല്ലാം നന്നായിരുന്നു. ഏകദേശം

രണ്ടു മണിക്കൂർ കഴിഞ്ഞു പുറത്തിറങ്ങുമ്പോൾ ജോലി ഉറപ്പിച്ചിരുന്നു. ഒരു മാസത്തിനുള്ളിൽ ജോയിൻ ചെയ്താൽ മതി.

ജോലി കിട്ടിയതിന്റെ സന്തോഷത്തിൽ പുറത്തിറങ്ങി ഫാക്ടറി ഗെയ്റ്റ് കടന്നു പുറത്തിറങ്ങിയാൽ കുറച്ചു ജോപ്പടകൾ ഉണ്ട്. അവിടെ നിന്നും കുറച്ചു നീങ്ങി ഒരു ഓട്ടോ കിടക്കുന്നുണ്ട്. ഓട്ടോയ്ക്ക് ചുറ്റും രണ്ടു മൂന്ന് ആളുകൾ നിൽക്കുന്നു. അവർ എന്നെ സൂക്ഷിച്ചു നോക്കുന്നുണ്ട്. എന്തോ പന്തികേട് തോന്നി. എന്നെ അവിടെ തടുത്തു നിർത്തി. അപ്പോഴാണ് കാര്യം പിടികിട്ടിയത്. രാവിലെ എന്നെ കൊണ്ടുവിട്ട ഓട്ടോക്കാരൻ കൂട്ടുകാരുമായി എനിക്ക് വേണ്ടി അവിടെ കാത്തുനിൽക്കുകയാണ്. എന്റെ അടവ് ഒന്ന് പാളിയതാണ്. ഞാൻ നമ്പർ എഴുതിയ പേപ്പർ അവർക്കു വേണം. ശരിക്കും ഞാൻ ഒന്നും എഴുതിയിരുന്നില്ല. വെറുതെ ടിക്കറ്റിന്റെ പുറകിൽ ഒന്ന് കോറി വരച്ചെന്ന് മാത്രം. ഓട്ടോ ഡ്രൈവർ ഓട്ടംതന്നെ വേണ്ടെന്ന് വെച്ച് കാത്തുനിന്നതാണ്. എനിക്ക് പരാതിപ്പെടാൻ പരിപാടി ഇല്ലെന്ന് അവരെ ഒരുവിധം പറഞ്ഞു ധരിപ്പിച്ചു. തടി കേടാവാതെ രക്ഷപ്പെട്ടു. മറക്കാൻ പറ്റാത്ത ഒരു ഇന്റർവ്യൂ അനുഭവം. പിന്നെ ഒരു പാഠവും.

ഓട്ടോക്കാരോട് കളി വേണ്ട.

ഒരു കേസ് ഡയറി

വാഷിയിലെ ഞങ്ങളുടെ ബാച്ച്ലേഴ്സ് ഫ്ളാറ്റിൽ കാര്യമായ ചർച്ച നടക്കുകയാണ്. ശനിയാഴ്ചകളിൽ സ്ഥിരം താമസക്കാർ അല്ലാത്ത ഫ്രെണ്ട്സും വീക്കെൻഡ് ആഘോഷിക്കാൻ ഫ്ളാറ്റിൽ വരാറുണ്ട്. ഇന്നത്തെ ചർച്ചാവിഷയം 'പാൽ മോഷണം' ആണ്. ഇപ്പോൾ ഇട യ്ക്കിടയ്ക്ക് പാല് കിട്ടുന്നില്ല. ഞങ്ങൾക്കു പാക്കറ്റ് പാല് പാൽക്കാരൻ ഫ്ളാറ്റിൽ കൊണ്ടു വന്നു തരും. രാവിലെ എണീറ്റ് വരുമ്പോൾ വാതിൽ പടിയിൽ പാൽ പാക്കറ്റ് കാണും. ഈയിടെ ചില ദിവസങ്ങളിൽ പാല് കിട്ടു ന്നില്ല. അതുകൊണ്ട് പല ദിവസവും രാവിലെ കട്ടൻ ചായ ആണ്.

''ആ പാൽക്കാരൻ എന്ത് പണിയാ ചെയ്യുന്നത്?'' ആരോ പറഞ്ഞു.

''അവന്റെ പൈസ കൊടുക്കുമ്പോൾ പാൽ തരാത്ത ദിവസത്തെ പൈസ കുറയ്ക്കണം.''

സ്വാഭാവികമായ പ്രതികരണം. അത്യാവശ്യം സൗകര്യമുള്ള ഒരു ഫ്ളാറ്റിൽ ആണ് ഞങ്ങളുടെ താമസം. ബി.എ.ആർ.സിയിലെ സയന്റി ഫിക് ഓഫീസർ ആയിരുന്ന എന്റെ സുഹൃത്ത് വാസന്റെ ഫ്ളാറ്റിലാണ് ഇത്. സിഡ്കോയുടെ (സിറ്റി ആൻഡ് ഇൻഡസ്ട്രിയൽ ഡെവലപ്മെന്റ് കോപ്പറേഷൻ ഓഫ് മഹാരാഷ്ട്ര) ഒരു ഭേദപ്പെട്ട ഫ്ളാറ്റ് ആണ് ജെ.എൻ. ഫോർ ടൈപ്പ് ഫ്ളാറ്റ്. രണ്ടു ബെഡ് റൂമും രണ്ടു ബാൽക്കണിയും ഹാളും അടങ്ങിയ ഫ്ളാറ്റ്. വിനയൻ, പ്രശാന്ത്, ജോസ് എന്നിവരായി രുന്നു അന്നു സഹമുറിയന്മാർ. അന്ന് വേറെ ആരെങ്കിലും ഉണ്ടായി രുന്നോ എന്ന് ഓർമ്മയില്ല. വേറെയും ചില സുഹൃത്തുക്കൾ ഇടയ്ക്ക് ഒപ്പം താമസിച്ചിരുന്നു. ഷാജുവും നാരായണനും ശശിയും പലപ്പോ ഴായി ഈ ഫ്ളാറ്റിൽ ഒപ്പം താമസിച്ചിട്ടുണ്ട്.

അന്ന് ദേവനാറിൽ ഉള്ള ലാക്മെ ഫാക്ടറിയിൽ ആയിരുന്നു ഞാൻ ജോലി ചെയ്തിരുന്നത്. അണുശക്തി നഗർ കഴിഞ്ഞ അടുത്ത സ്ഥല മാണ് ദേവനാർ. ഗോവണ്ടി സ്റ്റേഷൻ ആണ് അടുത്ത റെയിൽവേ സ്റ്റേഷൻ. ലാക്മെ, ഇന്ത്യയിലെ കോസ്മെറ്റിക്സ് കമ്പനികളിൽ ഏറ്റവും പ്രമുഖ കമ്പനി ആയിരുന്നു. ആദ്യം ചൊവ്വാഴ്ച ആയിരുന്നു അവധി. പിന്നീട്

TIMES OF INDIA

അത് ഞായറാഴ്ച തന്നെ ആയി. അതുകൊണ്ട് സുഹൃത്തുക്കളുമായി ഒത്തുകൂടാൻ അത് സൗകര്യമായി.

അന്ന് ദൂരദർശൻ മാത്രമേ ടിവി ചാനൽ ആയി ഉള്ളൂ. കളർ ടിവി അത്ര പ്രചാരത്തിൽ ഇല്ല. ക്രിക്കറ്റ് വേൾഡ് കപ്പ് പ്രമാണിച്ച് രണ്ടു വർഷം മുമ്പ് ഒരു ബ്ലാക്ക് ആൻഡ് വൈറ്റ് ടിവി സംഘടിപ്പിച്ചിരുന്നു. ടിവിയിൽ മലയാളം പരിപാടികൾ ഒന്നും ഇല്ല. മലയാളം സിനിമ വരുന്ന തിയേറ്ററുകളും കുറവ്. ചില തിയേറ്ററുകൾ ഹിന്ദിയിൽ ഡബ്ബ് ചെയ്ത ചില മലയാളം സിനിമകൾ ഉച്ചപ്പടം ആയി പ്രദർശിപ്പിക്കും. ദാദർ വെസ്റ്റിൽ ഉള്ള കോഹിനൂർ തിയേറ്ററിൽ ഇങ്ങനെ മൊഴിമാറ്റം ചെയ്ത ഒരു മലയാളം ചിത്രം കണ്ടതോർക്കുന്നു. പിന്നെ ചെമ്പൂരിലെ ജോപ്പടകളിൽ ചിലർ ടിക്കറ്റ് വെച്ച് വിസി ആറിൽ മലയാള സിനിമാപ്രദർശനം നടത്തും. അതിനു ഞങ്ങൾ പോവാറില്ല. വീഡിയോ കാസറ്റ് വാടകയ്ക്ക് കൊടുക്കുന്നവർ തന്നെ ടിവിയും വിസിആറും വാടകയ്ക്ക് കൊടുക്കും. അങ്ങനെ വാടകയ്ക്ക് എടുക്കുന്ന ദിവസം പൈസ വസൂലാക്കാൻ മൂന്നും നാലും സിനിമകൾ ഒരുമിച്ച് കണ്ടുതീർക്കും.

''അയാളെ ഞാൻ ഇന്നലെ വഴിയിൽ കണ്ടു.'' വിനയനോ മറ്റോ പറഞ്ഞു. അയാൾ എന്നും കൃത്യമായി പാലിന്റെ പാക്കറ്റ് ഇവിടെ വെക്കാറുണ്ടത്രെ. വല്ല പട്ടിയും കൊണ്ടുപോകാൻ ഇടയില്ല. നാല് നിലയുള്ള കെട്ടിടത്തിന്റെ മുകളിലെ നിലയിൽ ആണ് ഞങ്ങളുടെ ഫ്ളാറ്റ്. ഒരു മലയാളിയായ മോഹൻ ജേക്കബും ഫാമിലിയും ആണ് അടുത്ത ഫ്ളാറ്റിൽ. എതിർവശത്തുള്ള ഫ്ളാറ്റിൽ സിഡ്കോയിലെ ഒരു സീനിയർ ഉദ്യോഗസ്ഥൻ. കെട്ടിടത്തിൽ വാടകക്കാർ ആയി ഞങ്ങൾ മാത്രമേ ഉള്ളൂ. അന്ന് ശനിയാഴ്ച ആയതിനാൽ പ്രശാന്തിന്റെ ഒരു ബന്ധു ബിജുവും ഫ്ളാറ്റിൽ വന്നിട്ടുണ്ട്. അതുകൊണ്ട് വാരാന്ത്യത്തിൽ വിനോദമായ റമ്മിക്കളി പുരോഗമിക്കുന്നു. ചിലപ്പോൾ അത് അമ്പത്താറും (ശീട്ടുകളി) ആവാം. കളി പല റൗണ്ട് നീണ്ടുപോകും. നേരം പുലരുന്നതു വരെ തുടരും. മുടക്കു ദിവസം പതുക്കെ എണീറ്റാൽ മതിയല്ലോ. വീണ്ടും 'പാൽക്കാരൻ' ചർച്ചാവിഷയം ആയി.

എല്ലാ തലകളും പ്രവർത്തിക്കാൻ തുടങ്ങി. ഇന്ന് നമുക്ക് കള്ളനെ പിടിക്കണം. എല്ലാവരും അതിന് ഒരുക്കമായിരുന്നു. അതിന്റെ പദ്ധതി തയ്യാറാക്കി. പദ്ധതി രണ്ടുഘട്ടങ്ങളായാണ് നടപ്പാക്കേണ്ടത്. എല്ലാവരും കൂടി പ്ലാൻ തയ്യാറാക്കി. ആദ്യം അയാൾ പാൽ വെയ്ക്കുന്നുണ്ടോ എന്ന് നോക്കണം. പിന്നെ അതിലൂടെ ആരെങ്കിലും വന്ന് എടുക്കുന്നുണ്ടോ എന്നും. ഓരോരുത്തർക്കും ഓരോ ടാസ്ക് ഏൽപ്പിക്കണം. സംഗതി നിസ്സാരം ആണെങ്കിലും ഓപ്പറേഷൻ ഇന്ററസ്റ്റിംഗ് ആയിവരുന്നുണ്ട്.

'ജെ എൻ ഫോർ' ടൈപ്പ് ബിൽഡിങ്ങിന്റെ ഡിസൈൻ ഒരു നാലുകെട്ടു സ്റ്റൈൽ ആണ്. ഒരു ബെഡ്റൂമിൽന്നും വിൻഡോയിലൂടെ നോക്കിയാൽ മെയിൻ ഡോർ കാണാം. അപ്പോൾ ഒരാൾ അവിടെ ബെഡ്റൂമിൽ

നിൽക്കണം. പാല് എടുത്തുപോകുന്നത് കണ്ടാൽ ഉടൻ സിഗ്നൽ കൊടുക്കണം. രണ്ടുപേർ ടെറസ്സിന്റെ മുകളിൽ നില ഉറപ്പിക്കണം. ഒരാൾ വാതിൽ തുറന്നു ഓടാൻ റെഡി ആയി അകത്തും. പിന്നെ ഉള്ളവർക്ക് കൂടെ ഓടാം.

പാൽക്കാരൻ പറഞ്ഞത് ശരിയാണ്. അയാൾ വന്ന് വാതിൽ പടിയിൽ പാൽ വെച്ച് പോയി. പാൽ വെക്കുമ്പോൾ ഒന്ന് പതുക്കെ ഡോറിൽ തട്ടുന്നുമുണ്ട്. വെറുതെ അയാളെ സംശയിച്ചു. എന്തായാലും കുറച്ചു കൂടി വെയിറ്റ് ചെയ്യാം. ആരോ കുശുകുശു പറഞ്ഞു. കാലാൾപട സജ്ജം തന്നെ. കുറച്ചു സമയംകൂടി കഴിഞ്ഞു. ആരും പാല് എടുക്കാൻ വരുന്നത് കണ്ടില്ല. മിഷൻ പൊളിഞ്ഞോ? എന്നാലും കാത്തു നിൽക്കാം.

അപ്പോഴുണ്ട് അടുത്ത പതിവുകാരൻ വരുന്നു. എല്ലാവരും പ്രതീക്ഷ കൈവിടാതെ അവരവരുടെ സ്ഥാനങ്ങളിൽ തുടരുന്നു. 'ടൈംസ് ഓഫ് ഇന്ത്യ' പേപ്പർ അവിടെ ഇട്ടു കൈ പൊക്കുമ്പോൾ കൈയിൽ പാലിന്റെ പാക്കറ്റ്. 'അമ്പട ഭയങ്കര' പാക്കറ്റ് എടുത്ത ഉടൻ അവൻ ഓടി. ഉടൻ ബെഡ്റൂം വിൻഡോയിലൂടെ 'പക്കടോ' ശബ്ദം ഉയർന്നു. മുകളിൽ നിന്നും ബിജുവും ജോസും. വാതിൽ തുറന്നു വിനയനും ഞാനും പുറകെ ഓടി. നാല് നിലകൾ സ്റ്റെപ്പുകൾ വഴി താഴോട്ട് ഓടുന്നതിനിടയിൽ ബിജുവിന്റെ കാല് ഒന്ന് മടങ്ങി. എങ്കിലും താഴെ ഓടി എത്തി. പുറത്തേക്ക് ഓടുന്നതിന് മുമ്പ് 'പാൽകള്ളൻ' പിടിക്കപ്പെട്ടു. നാലുനിലകൾ ഓടി ഇറങ്ങാൻ ഞങ്ങൾ ചെറുപ്പം പിള്ളേർക്ക് അത്ര ബുദ്ധിമുട്ടുണ്ടായില്ല.

കള്ളനെ കൂട്ടിപിടിച്ചു ഞങ്ങൾ നാലാംനിലയിലെ ഫ്ളാറ്റിലേക്ക് വിചാരണയ്ക്കായി കൊണ്ടുപോയി. കുതറി ഓടാൻ നോക്കുമ്പോൾ ചില തലോടലുകൾ കൊടുത്തു കാണും. ഈ ബഹളത്തിനിടയിൽ താഴത്തെ ഫ്ളാറ്റുകളിലെ ദിഗേയും ഖുറേഷിയും സുന്ദരനും എല്ലാം ഫ്ളാറ്റിൽ നിന്നും പുറത്തിറങ്ങി എത്തിനോക്കിയിരുന്നു. നാലാം നിലയിലെ ഫ്ളാറ്റിലെ വിചാരണയിൽ പ്രതി കുറ്റം സമ്മതിച്ചു. വേറെ ചില ഫ്ളാറ്റുകളിൽ നിന്നും ഇടയ്ക്ക് ഇയാൾ പാൽ പാക്കറ്റുകൾ ചൂണ്ടാറുണ്ടത്രെ. അയാൾ പത്രം ഇടുന്ന ചില സ്ഥലങ്ങളിൽ പാൽക്കാർ പത്രം മോഷ്ടിക്കാറുണ്ടത്രെ. അതിന്റെ പക വീട്ടൽ ആണത്രേ ഈ മോഷണം. ഇനി ആവർത്തിക്കില്ലെന്ന ഉറപ്പിൽ അവിടെ വെച്ചുതന്നെ കേസ് തീർപ്പാക്കി. ഉളുക്കിയ കാലുമായി അന്നത്തെ ഹീറോ ബിജുവിനെ പിന്നെ ഡോക്ടറെ കാണിക്കാൻ കൊണ്ടുപോയി. ഓട്ടത്തിൽ കാല് ഒന്ന് മടങ്ങിയതായിരുന്നു. പിന്നെ കാലു ശരിയാകാൻ ബിജുവിന് ഒരാഴ്ച ബെഡ് റെസ്റ്റ് ട്രാക്ഷൻ ഇട്ടു കിടക്കേണ്ടി വന്നു. പരുക്ക് പറ്റിയതുകൊണ്ട് ഈ മിഷനിലെ ആക്ഷൻ ഹീറോ ബിജുവായിമാറി.

അങ്ങനെ സൊസൈറ്റിക്കാർക്കു ഞങ്ങൾ രാംഗഡ് ഗ്രാമത്തെ ഗബ്ബർ സിങ്ങിൽ നിന്നും മോചിപ്പിക്കാൻ വന്ന വീരുവും ജയും ആയിക്കാണും.

കോളികളും ഡബ്ബാവാലകളും

ഉച്ചതിരിഞ്ഞ് മൂന്ന് മണി ആയിക്കാണും. ബോറിബന്ദറിൽ (ബോംബെ വി.ടി. ഇന്നത്തെ മുംബൈ സി.എസ്.ടി) നിന്നും ഏഴാമത്തെ പ്ലാറ്റുഫോമിൽ ഹാർബർ ലൈനിൽ മാൻഖുർദിലേക്കു പോകുന്ന ലോക്കൽ ട്രെയിൻ പുറപ്പെടാറായി. ന്യൂ ബോംബെ വാഷി തീവണ്ടികൾ അന്ന് ഓടിത്തുടങ്ങിയിട്ടില്ല. മാൻഖുർദിൽ പോയി ബസ് പിടിച്ചു വേണം വാഷിയിൽ പോകാൻ. കിംഗ് സർക്കിൾ വഴി ബാന്ദ്രയിലേക്കും ജി.ടി.ബി. നഗർ വഴി ചെമ്പൂരിലേക്കും മാൻഖുർദിലേക്കുമുള്ള തീവണ്ടികൾ ഏഴാമത്തെ പ്ലാറ്റ്ഫോമിൽ നിന്നാണ് പുറപ്പെടുക. ആദ്യത്തെ ആറ് പ്ലാറ്റുഫോമുകൾ സെൻട്രൽ റെയിൽവേയിലെ മെയിൻ ലൈനിലെ ട്രെയിനുകൾക്കുള്ളതാണ്. അംബർനാഥും കല്യാണും കർജത്തും ഡോംബിവിലിയും പോകുന്ന ഫാസ്റ്റ് ട്രെയിനുകളും സ്ലോ ട്രെയിനുകളും ഈ പ്ലാറ്റുഫോമുകളിൽ നിന്നാണ് പുറപ്പെടുക. നിമിഷങ്ങളുടെ ഇടവേളകളിൽ ഓരോ തീവണ്ടിയും ലക്ഷ്യത്തിലേക്കു കുതിക്കുന്നു. ദൂരയാത്രയ്ക്കുള്ള തീവണ്ടികൾ പോകുന്ന പ്ലാറ്റ്ഫോംസ് കുറച്ചു മാറിയാണ്. ഇത് സബർബൻ പ്ലാറ്റ്ഫോം.

മനുഷ്യരുടെ ഒഴുക്ക് കാണണമെങ്കിൽ ഒന്ന് മാറി നിന്നാൽ മതി. തിരക്ക് പിടിച്ചു ക്രമത്തിൽ വരിവരിയായി ആളുകൾ ഒഴുകിക്കൊണ്ടിരിക്കും. ഈ തിരക്കിനിടയിലും ഷൂ പോളിഷ് ചെയ്യിപ്പിക്കാൻ സമയം കണ്ടെത്തുന്ന ചിലരെ അവിടെ കാണാം. മാൻഖുർദിലേക്കുള്ള അടുത്ത ട്രെയിൻ പതിനഞ്ചു മിനുട്ട് കഴിഞ്ഞിട്ടാകും. ട്രെയിൻ മിസ് ചെയ്യേണ്ടെന്ന് കരുതി ആഞ്ഞ് ഓടി നോക്കി. സീസൺ ടിക്കറ്റ് എടുത്തിട്ടുള്ള കാരണം ടിക്കറ്റ് എടുക്കാൻ നിൽക്കേണ്ടതില്ല. ഫസ്റ്റ് ക്ലാസ് കമ്പാർട്ട്മെന്റ് കുറച്ചകലെയാണ്. ലേഡീസ് കമ്പാർട്ട്മെന്റിനും ഒരു സെക്കന്റ് ക്ലാസ്സ് കമ്പാർട്ട്മെന്റിനും ശേഷം. ഓടി നോക്കാം. വണ്ടി അനങ്ങിത്തുടങ്ങിയോ?

കിട്ടിയ വാതിലിലൂടെ ചാടിക്കയറി. കയറിപ്പറ്റിയ മാൽഡിബ്ബയിൽ (ലഗേജ് കമ്പാർട്ട്മെന്റിൽ). ചെറിയ ഇടുങ്ങിയ ഒരു കമ്പാർട്ട്മെന്റ്.

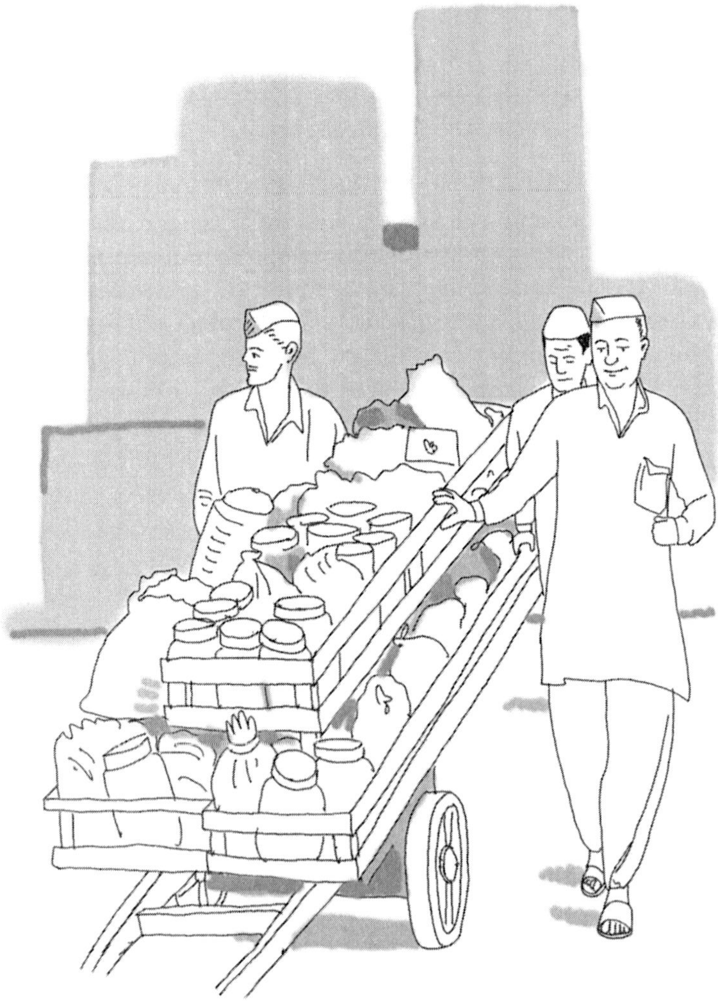

ഇരിപ്പിടം വളരെ കുറവ്. അധികം പേർക്ക് നിൽക്കാനും കുറച്ചു പേർക്ക് ഇരിക്കാനും ഉള്ള സംവിധാനം. കുറച്ചു വഴിവാണിഭക്കാർ. പിന്നെ പാത്ര ങ്ങൾ അടുക്കിയ നീളമുള്ള ട്രേ (പാത്രത്തട്ട്) ആയി തിരിച്ചു പോകുന്ന ഡബ്ബാവാലകൾ. വെള്ള പാന്റ്സ് ധരിച്ച ചിലർ. കാക്കി ട്രൗസറിൽ ആണ് മറ്റുള്ളവർ. വെള്ള ഷർട്ടും ഗാന്ധിത്തൊപ്പിയും എല്ലാവർക്കും ഉണ്ട്. വീട്ടിൽ ഉണ്ടാക്കുന്ന ഭക്ഷണം ഓഫീസിൽ കൊണ്ടുപോയി കൊടുത്ത് തിരിച്ചു ചോറ്റുപാത്രം അവരുടെ വീട്ടിൽ എത്തിക്കുന്ന ഒരു വിതരണ ശൃംഖല. രാവിലെ വീട്ടിൽ പോയി ശേഖരിക്കുന്ന ടിഫിൻസ് ലോക്കൽ ട്രെയിനിൽ നഗരത്തിൽ എത്തിക്കുന്നു. അത് പിന്നെ വീട്ടുകാരന്റെ ഓഫീസിൽ എത്തിക്കും. ചിലർ തള്ളുവണ്ടിയിൽ ചിലർ സൈക്കിളിൽ. അങ്ങനെയാണ് ഡെലിവറി. ഒഴിഞ്ഞ ചോറ്റുംപാത്രം വീട്ടിൽ തിരിച്ച് എത്തിക്കുമ്പോഴാണ് ഡബ്ബാവാലയുടെ ഒരു ദിവസം അവസാനിക്കുന്നത്.

പ്രശസ്ത മാനേജ്മെന്റ് സ്കൂളുകൾ ഇവരുടെ വിതരണമികവിനെ പ്പറ്റി പ്രബന്ധങ്ങൾ എഴുതിയിട്ടുണ്ട്. നൂറു വർഷത്തിലധികമായി നഗ രത്തെ ഊട്ടുന്ന ഒരു സേവനശൃംഖല. കാലിപാത്രങ്ങൾ വീട്ടിൽ എത്തി ക്കാനുള്ള യാത്രയാണ് ഇത്. ലഗേജ് കമ്പാർട്ട്മെന്റിൽ (മാൽ ഡിബ്ബ). അവർ എട്ടുപത്തുപേരെങ്കിലും കാണും. നീണ്ട ട്രേയിൽ നിറയെ ഒഴിഞ്ഞ ചോറ്റുംപാത്രങ്ങൾ. ചിലർ തമ്പാക്കൂ (പുകയില) ചവയ്ക്കുന്നുണ്ട്. സമയം പോകാൻ മറാഠി പാട്ടുകൾ പാടുന്നുണ്ട്. ഞാൻ അധികവും റസ്റ്റോറന്റ് ഭക്ഷണം ആണ് പതിവ്. തിരക്ക് കാരണം പലരുടെയും ഉച്ച ഭക്ഷണങ്ങൾ പാവ്ബജിയും വടാപാവും ബോംബെ സാൻഡ്‌വിച്ചും ഒക്കെ ആവും. ഒരു കരിമ്പ് ജ്യൂസോ കേലയോ (റോബസ്റ്റപഴം) ആവും മറ്റു ചിലരുടെ ഭക്ഷണം. തിരക്കുള്ള നഗരത്തിൽ ഒരു ക്വിക് ബൈറ്റ്. അല്ലെങ്കിൽ കീശയ്ക്കൊതുങ്ങുന്ന ഒരു ഇക്കണോമിക് മീൽ. വീട്ടിൽ തയ്യാറാക്കിയ ഭക്ഷണം സുഭിക്ഷമായി കഴിക്കാൻ ഡബ്ബാവാലകൾ സൗകര്യം ഒരുക്കുന്നു. ടിഫിൻ ബോക്സുകളിൽ അവയുടെ ഉറവിടവും ലക്ഷ്യവും തിരിച്ചറിയാൻ സഹായിക്കുന്ന മുദ്രകൾ ഉണ്ടാവും.

അടുത്ത സ്റ്റേഷൻ മസ്ജിദ് ആണ്. അവിടെ ഇറങ്ങി ഓടി കമ്പാർട്ട് മെന്റ് മാറിക്കയറാൻ സമയം ഇല്ല. അല്ലെങ്കിൽ അവിടെ ഇറങ്ങി അടുത്ത ട്രെയിനിൽ പോകണം. അധികം ആലോചിച്ചു നിൽക്കേണ്ടിവന്നില്ല. അപ്പോഴേക്കും അടുത്ത സെറ്റ് ആളുകൾ ട്രെയിനിൽ ഉന്തിക്കയറി. വണ്ടി വേഗം പുറപ്പെട്ടു. ഒഴിഞ്ഞ മീൻ കുട്ടകളുമായി ഇവിടെ നിന്നും കയറിയത് കോളിപെണ്ണുങ്ങൾ (മച്ചലിവാലീസ്). കലപില ഉറക്കെ വർ ത്തമാനം പറഞ്ഞും തമാശ പറഞ്ഞു പൊട്ടിച്ചിരിച്ചും പിന്നെ ചിലരെ വഴക്കു പറഞ്ഞും അവർ അവരുടെ വരവ് അറിയിച്ചു. ഒഴിഞ്ഞ മീൻ കുട്ടകളിലെ മണം അവിടെ ആകെ നിറഞ്ഞു. താറുടുത്ത (അവർ സാരി എടുക്കുന്ന രീതി) കോലിപെണ്ണുങ്ങൾ നിർത്താതെ സംസാരിച്ചു കൊണ്ടിരുന്നു. മറാഠി അധികം അറിയാത്തതുകൊണ്ട് എല്ലാം ഒരു

കലപില ആയി തോന്നി. ഈ മണം സഹിച്ച് നാൽപ്പത്തഞ്ചു മിനുട്ട് ഈ ട്രെയിനിൽ തന്നെ പോകണം. എന്തായാലും ഇന്ന് ഇങ്ങനെ അങ്ങ് പോട്ടെ. വഴിയിൽ ചിലരൊക്കെ ഇടയ്ക്ക് ഇറങ്ങിപ്പോകുമായിരിക്കും. എനിക്ക് ഇറങ്ങാനുള്ളത് അവസാനത്തെ സ്റ്റോപ്പിൽ ആണ്.

ബോംബെ നഗരത്തിലെ ആദ്യത്തെ താമസക്കാർ ആണ് കോളികൾ. മീൻ പിടിച്ചു ഉപജീവനം നടത്തിയിരുന്നവർ. അവരുടെ പേരുമായി ബന്ധപ്പെട്ടിട്ടുള്ള പല സ്ഥലങ്ങളും നഗരത്തിൽ ഉണ്ട്. പണ്ട് ബ്രിട്ടീഷുകാരും പോർച്ചുഗീസുകാരും വരുന്നതിനു മുമ്പ് ചിതറിക്കിടന്നിരുന്ന ദ്വീപുകളിൽ മുക്കുവരും (കോളികൾ) അഗ്രികളും (ഉപ്പുപാടങ്ങളിൽ തൊഴിൽ ചെയ്യുന്നവർ) ആണ് വസിച്ചിരുന്നത്. കോളികൾ താമസിച്ചിരുന്ന കോളനികളാണ് കോളിവാടകൾ. ഞാൻ മുമ്പ് താമസിച്ചിരുന്ന അന്റോപ് ഹിൽ സയോൺ കോളിവാടയിൽപെട്ടിരുന്ന സ്ഥലങ്ങൾ ആണ്. സയോൺ കോളിവാഡ സ്റ്റേഷൻ ആണ് പിന്നീട് ജി.ടി.ബി നഗർ സ്റ്റേഷൻ ആയത്. ബോംബയിലെ ആദ്യതാമസക്കാരായിരുന്ന കോളികളുടെയും അഗ്രികളുടെയും ഇഷ്ടദേവതയായിരുന്നു മുംബാദേവി. മുംബാദേവിയുടെ പേരിലേക്ക് നഗരത്തിന്റെ പേര് തന്നെ പിന്നീട് മാറ്റി. മുംബൈ എന്ന പുതിയ പേര് അതിൽ നിന്നും ഉൽഭവിച്ചതാണ്.

ഓരോ സ്റ്റേഷനുകൾ കഴിയുമ്പോൾ ആളുകൾ കുറേശ്ശെയായി കുറഞ്ഞുകൊണ്ടിരുന്നു. അവസാന സ്റ്റേഷനിൽ ഇറങ്ങി ഞാൻ പുറത്തേക്ക് നടന്നു. എളുപ്പം കൊഴിഞ്ഞുപോകാത്ത കുറച്ച് ഓർമ്മകളും പേറി ഞാൻ ബസ്സ്റ്റോപ്പ് ലക്ഷ്യമാക്കി നടന്നു.

ദാദറിൽ നിന്നും അരോവിലെ വരെ

ചെന്നൈയിൽ വന്നതാണ്. അനഘ ചെന്നൈയിൽ പഠിക്കുന്ന കാലം. തൃശ്ശൂർക്ക് പോകാനുള്ള ടിക്കറ്റ് ഒരു ദിവസം കഴിഞ്ഞാണ്. പോണ്ടിച്ചേരിയിൽ പോയി അനിലിനെ കാണാം എന്ന് കരുതി. ഷീനയും ഗൗതമും കൂടെയുണ്ട്. പോകുമ്പോൾ അരോവിലെയും സന്ദർശിക്കണം. അരോവിലെ എന്ന പേര് കുറെ കാലമായി മനസ്സിൽ പതിഞ്ഞു കിടക്കുന്നു. ഇങ്ങനെ ഒരു സ്ഥലം ഇന്ത്യയിൽ ഉണ്ടെന്ന് ആദ്യം പറഞ്ഞത് ഒരു മദാമ്മ ആയിരുന്നു. ഡാർലിൻ ചോക്യുട്ടെ. ഡാർലിൻ ചോക്യുട്ടെയെ അധികം പരിചയം ഇല്ല. എങ്കിലും ഓർക്കാനുള്ള ചില അവശേഷിപ്പുകൾ ഉണ്ട്.

ആയിരത്തി തൊള്ളായിരത്തി തൊണ്ണൂറിലെ പുതുവത്സരാഘോഷങ്ങൾക്ക് പ്രത്യേകത ഉണ്ടായിരുന്നു. ഈ വർഷം ഞങ്ങളിൽ ചിലരുടെ കല്ല്യാണം ഉണ്ട്. ബാച്ച്ലർ ജീവിതത്തിൽ നിന്ന് ഓരോരുത്തരായി കുടുംബജീവിതത്തിലേക്ക് നീങ്ങുന്നു. മുമ്പ് ബോംബയിൽ താമസിച്ചിരുന്ന രണ്ടു കൂട്ടുകാർ പുതുവത്സര ആഘോഷങ്ങൾക്കായി എത്തിയിരുന്നു. അത് കഴിഞ്ഞു തിരിച്ചു പോകുന്ന നാരായണനെ യാത്ര അയയ്ക്കാൻ ദാദറിൽ പോയതാണ്. ദാദർ എനിക്ക് പ്രിയപ്പെട്ട സ്ഥലമാണ്. മുമ്പ് പരിചയപ്പെട്ട സ്ഥലങ്ങളിൽ നിന്ന് കുറച്ചു വ്യത്യസ്തമായ ഒരു സ്ഥലം. ബോംബെ സിറ്റിയിൽ എത്തുന്ന മലയാളികൾ മിക്കവാറും ആദ്യം തീവണ്ടി ഇറങ്ങുന്നത് ഇവിടെയാണ്. ദക്ഷിണേന്ത്യയിൽ നിന്നും വരുമ്പോൾ ഉള്ള ബോംബെ സിറ്റിയിലെ ആദ്യസ്റ്റേഷനാണ് ദാദർ.

മേൽപാലത്തിന്റെ അപ്പുറത്ത് ഉത്തരേന്ത്യയിൽ നിന്ന് വരുന്നവർ ഇറങ്ങുന്ന ദാദർ വെസ്റ്റ്. സെൻട്രൽ റയിൽവേ ലൈനിൽ നിന്നും വെസ്റ്റേൺ റെയിൽവേയിലേക്ക് ട്രെയിൻ മാറിക്കയറാൻ ഉപയോഗിക്കുന്ന സ്റ്റേഷൻ. എത്രയോ തവണ ഈ തിരക്കിലൂടെ ട്രെയിൻ മാറിക്കയറി ഒരു അഭ്യാസിയുടെ മെയ്‌വഴക്കത്തോടെ വെസ്റ്റേൺ റെയിൽവേയിലെ ഗ്രാൻഡ് റോഡിലെ ജെ.കെ. ഷാ ക്ലാസ്സിൽ പോയിരുന്ന ദിവസങ്ങൾ. വൈകുന്നേരങ്ങളിൽ ഓഫീസ് സമയം കഴിഞ്ഞു വണ്ടിയിൽ

നിന്ന് മൂന്ന് ട്രെയിനുകൾ മാറിക്കയറിയുള്ള യാത്ര. പിന്നെ രാത്രി രണ്ടു ബസ്സുകൾ കയറി വാഷിയിലേക്ക് മടക്കയാത്ര. ഓർക്കുമ്പോൾ വീർപ്പു മുട്ടൽ തോന്നുന്നു. തിരക്ക് കൂടുമ്പോൾ മുഖത്തു വെച്ചിട്ടുള്ള കണ്ണട കൾ തെറിച്ചുവീഴുന്നത് ചിലപ്പോൾ കാണും. നിലത്തു വീഴുന്നതിനു മുമ്പ് ആരെങ്കിലും അത് പിടിക്കും. ഗുഡ് ഫീൽഡിങ്. ഒരിക്കൽ എന്റെ കണ്ണടയും അങ്ങനെ വായുവിൽ പറന്നിട്ടുണ്ട്. നിലത്തുവീഴാനുള്ള പഴുതുപോലും ഇല്ല. സായാഹ്നത്തിലെ തിരക്ക് അങ്ങനെയാണ്. ബോംബെയിലെ ഏറ്റവും തിരക്കുള്ള ദാദറിലൂടെ ഓരോ ദിവസവും ജനലക്ഷങ്ങൾ ആണത്രെ യാത്ര ചെയ്യുന്നത്.

ബോംബെ നഗരത്തിലെ മഹാരാഷ്ട്രീയൻ സംസ്കാരത്തിന്റെ ഒരു പ്രധാന കേന്ദ്രമാണ് ദാദർ. ശിവസേനയുടെ ആസ്ഥാനകേന്ദ്രം മാത്ര മല്ല, ദാദർ ശിവാജി പാർക്ക്. സച്ചിൻ ടെണ്ടുൽക്കറും വിനോദ് കാംബ്ലിയും പഠിച്ചും കളിച്ചും ലോകശ്രദ്ധ പിടിച്ചു പറ്റിയ ശാരദാശ്രമം സ്കൂളും ദാദറിൽ തന്നെയാണ്. ശിവാജി പാർക്കിലെ ക്രിക്കറ്റ് പരിശീലനങ്ങൾ എത്ര പ്രമുഖരെയാണ് സൃഷ്ടിച്ചത്? വഡേക്കറും ഗവാസ്ക്കറും മങ്കാടും സന്ദീപ് പട്ടേലും എല്ലാം ഈ ഗ്രൗണ്ടിൽ കളിച്ചുതുടങ്ങിയവർ ആണത്രേ. പല തീയേറ്റർ കലാകാരന്മാരും ചായം തേച്ചുതുടങ്ങിയതും ഇവിടുത്തെ അരങ്ങുകളിൽ ആണ്. ഇതിന്റെ പ്രാന്തപ്രദേശങ്ങളിലാണ് അഷ്ടമി രോഹിണിയിലെ കലം ഉടയ്ക്കലും ഗണേശ ഉത്സവങ്ങളും ഏറ്റവും ആവേശത്തോടെ കൊണ്ടാടുന്നത്. സിദ്ധിവിനായക ക്ഷേത്രവും അധികം ദൂരമില്ല. പ്ലാസ സിനിമയിൽ ഇടയ്ക്കു സിനിമ കാണാൻ വരാറുണ്ട്. ആയിരത്തി തൊള്ളായിരത്തി തൊണ്ണൂറ്റിമൂന്നിലെ ബോംബ് സ്ഫോടനം ഉണ്ടായ പതിമൂന്നിടങ്ങളിൽ ഒന്ന് പ്ലാസ സിനിമ ആയിരുന്നു. ദാദർ കഥകൾ ഇനി ഇവിടെ നിൽക്കട്ടെ. നമുക്ക് സ്റ്റേഷനിലേക്ക് തിരിച്ചുവരാം.

ബോംബെ മദ്രാസ് ട്രെയിനിൽ ആണ് നാരായണന്റെ യാത്ര. അന്ന് മദ്രാസ് ചെന്നൈയും ബോംബെ മുംബൈയും ആയിട്ടില്ല. വൈകീട്ട് എഴരയ്ക്കോ മറ്റോ ആയിരുന്നു ട്രെയിൻ സമയം. ട്രെയിൻ പുറപ്പെടേണ്ട സമയമായി. ഇനി ഉപചാരം ചൊല്ലി പിരിയാൻ തയ്യാറാവാം. അപ്പോൾ എത്തിയ വിവരത്തിന് കമ്പി അടിക്കണം. അല്ലെങ്കിൽ മണിഓർഡർ. പലപ്പോഴും യാത്ര പോവുമ്പോൾ പറയുന്ന ഉപചാരവാക്ക് അതാവും. ബന്ധങ്ങൾ കത്തുകളിൽ വിളക്കി നിർത്തിയ ഒരു കാലം.

ഒരു മദാമ്മ അവിടേക്ക് പരിഭ്രമത്തോടെ ഓടി വന്നു. അവരുടെ കൈയിൽ അവർക്കു സഞ്ചരിക്കാനുള്ള ടിക്കറ്റ് ഉണ്ട്. ചെറിയ കാർഡ് ടിക്കറ്റ്. എന്റെ പേര് ലിസ്റ്റിൽ കാണുന്നില്ല. ''ഒന്ന് നോക്കാമോ?'' അവർ എന്നോട് പറഞ്ഞു. ടിക്കറ്റ് വാങ്ങി ബോർഡിൽ എഴുതി തൂക്കിയ പേരു കളുമായി ഒത്തുനോക്കി. ശരിയാണ്. അവരുടെ പേരില്ലല്ലോ? അവർ ആകെ വിഷമത്തിലാണ്. എന്താ ഇങ്ങനെ? വീണ്ടും ഞാൻ ടിക്കറ്റ് വാങ്ങി ഒന്നുകൂടിനോക്കി. ''സുഹൃത്തേ, നിങ്ങൾക്ക് തെറ്റിപ്പോയല്ലോ?

ഇത് ഇന്നുച്ചയ്ക്കുള്ള മദ്രാസ് ട്രെയിനിന്റെ ടിക്കറ്റ് ആണല്ലോ?'' ഞാൻ പറഞ്ഞു. ''അയ്യോ, എനിക്ക് ഇവിടെ ആരെയും അറിയില്ലല്ലോ?'' അവർ കൂടുതൽ പരിഭ്രമിച്ചു തുടങ്ങി. ഇതിനിടെ അവർ പരിചയപ്പെടുത്തി. ''കാനഡയിൽ നിന്നുള്ള ഒരു ടൂറിസ്റ്റ് ആണ് ഞാൻ. മദ്രാസിലേക്ക് പോകുന്നു. അവിടെനിന്നും അരോവിലെയിലേക്ക് പോകണം.'' കരച്ചിലിന്റെ വക്കിൽ എത്തിയ അവർ പറഞ്ഞു. ഇനി ഞാൻ ഈ രാത്രി എവിടെപ്പോകും? പെട്ടെന്ന് പറഞ്ഞു കൊടുക്കാൻ എനിക്കും ഉത്തരമൊന്നും ഇല്ലായിരുന്നു.

ദാദർ ടി.ടിയിലെ സ്റ്റാർ ഓഫ് കൊച്ചിൻ റെസ്റ്റോറന്റിലെ ഫിഷ് ഫ്രൈ, പിന്നെ റെയിൽവേ സ്റ്റേഷനിലെ പുറത്തുള്ള കഫേയിലെ വടാ പാവ്. (വടാപാവ് എന്ന ഇന്ത്യൻ ബർഗർ കണ്ടുപിടിച്ചത് ദാദറിലെ ഈ ചെറിയ കടയിൽ ആണെന്നാണ് ജനസംസാരം) ദാദറിൽ ഇതിൽ അപ്പുറം സ്ഥലങ്ങൾ ഒന്നും അന്ന് പരിചയമില്ല. ഞങ്ങൾ താമസിക്കുന്ന ന്യൂ ബോംബെ ഇവിടെ നിന്നും കുറച്ചു അകലെയാണ്. ഒരു മണിക്കൂറിൽ അധികം ബസ്സിൽ പോകണം ഞാൻ പറഞ്ഞു. വേണമെങ്കിൽ ഞങ്ങളുടെ കൂടെ വരാം. ആലോചിച്ചോ ആലോചിക്കാതെയോ എന്റെ മറുപടി വേഗം ആയോ? അതെ. ഒരു പരിചയമില്ലാതെ ഒരാളെ കൂടെ കൊണ്ടുപോവുക. ഇന്നാണെങ്കിൽ നമ്മൾ അങ്ങനെ പറയുമോ?

ദാദറിൽ നിന്നും വാഷിയിലേക്കുള്ള യാത്രയിൽ അവർ കൂടുതൽ സംസാരിച്ചു. കാനഡയിൽ ഏതോ സ്കൂളിലെ അദ്ധ്യാപികയാണ്. രണ്ടു കൊല്ലം ജോലി ചെയ്താൽ പിന്നെ കിട്ടിയ പൈസയുമായി ലോകം കാണാൻ ഇറങ്ങും. ഇത്തവണ അരോവിലെ കാണണം എന്നുണ്ട്. ഒപ്പം വേറെ ചില സ്ഥലങ്ങളും. അന്നാണ് അരോവിലെ എന്ന പേര് ആദ്യം കേട്ടത്.

ഒരാളെ യാത്ര അയയ്ക്കാൻ പോയ ഞങ്ങൾ വേറെ ഒരാളുമായി തിരിച്ചെത്തിയപ്പോൾ കൂട്ടുകാർ പകച്ചുകാണും. ആരോ അതിഥിക്ക് ചായ ഉണ്ടാക്കുന്ന കൂട്ടത്തിൽ മനസ്സിൽ ഉള്ള പ്രശ്നം ഞാൻ അവതരിപ്പിച്ചു. ഇന്ന് രാത്രി ഇവർക്ക് താമസിക്കാൻ സേഫ് ആയ ഒരു സ്ഥലം വേണം. രാവിലെ ഇവരെ സ്റ്റേഷനിൽ കൊണ്ടാക്കണം. ചാരു കസേരയിൽ ഇരുന്നു ചായ കുടിക്കുന്ന മദാമ്മ ചുമരിലെ പല്ലിയെ കണ്ടു പേടിച്ച കാര്യം പറഞ്ഞ് ഞങ്ങൾ ചിരിക്കാറുണ്ട്. ലോകം മുഴുവൻ ഒറ്റയ്ക്ക് കറങ്ങുന്നവരെ പേടിപ്പിക്കാൻ ഒരു ലിസാർഡോ ക്രോക്കറോച്ചോ മതി.

എങ്ങനെ അവരെ സഹായിക്കാം എന്ന കാര്യത്തിന് ഒരു തീരുമാനമായി. ഭക്ഷണം കഴിക്കാൻ പറ്റിയ റെസ്റ്റോറന്റ് സെക്ടർ പതിനേഴിലെ നവരത്ന ഹോട്ടൽ ആണ്. രാത്രി ഭക്ഷണം വാങ്ങിക്കൊടുത്തു. മേഘരാജ് തീയേറ്ററിനടുത്തുള്ള അബോട്ട് ഹോട്ടലിൽ അവർക്ക് റൂമും എടുത്തു കൊടുത്തു. രാവിലെ കാണാമെന്ന് പറഞ്ഞു പിരിഞ്ഞു.

ശശിയുടെ ഓഫീസ് അന്ന് നരിമാൻ പോയിന്റിൽ ആണ്. രാവിലെ അവരെ ബോംബെ വി.ടി.യിലെ റെയിൽവേ സ്റ്റേഷനിൽ എത്തിക്കാൻ ശശി വോളന്റിയർ ആയി. തീവണ്ടി യാത്രയ്ക്കിടയിൽ ചെറുകൂരകൾ കണ്ടപ്പോൾ ഇന്ത്യയിലെ സാമ്പത്തിക അന്തരങ്ങളെപ്പറ്റി അവർ സംസാരിച്ചത്രേ. സഹായങ്ങൾക്ക് നന്ദി പറഞ്ഞു അവർ എനിക്കെഴുതി. അങ്ങനെയാണ് ഈ കടിച്ചാൽ പൊട്ടാത്ത പേര് മനസ്സിൽ പതിഞ്ഞത്. 'ഡാർലിൻ ചോക്യുട്ടെ.'

അരോവിലെ ഒരു പരീക്ഷണനഗരമാണ്. ഇത് ഒരു ആശയമായി അവതരിക്കപ്പെടുന്നത് ആയിരത്തി തൊള്ളായിരത്തി അറുപത്തി എട്ടിൽ ആണ്. വംശ, മത വർണ്ണവിവേചനങ്ങൾ ഇല്ലാത്ത ഒരു പരീക്ഷണ നഗരം. യുനെസ്കോ വളരെ താല്പര്യത്തോടെ നോക്കുന്ന ഒരു ആശയം. ലോകത്തിലെ 120 രാജ്യങ്ങളിൽ നിന്നും ഇന്ത്യയിലെ എല്ലാ സംസ്ഥാനങ്ങളിൽ നിന്നും ശേഖരിച്ച മണ്ണുകളുമായാണ് ഈ പരീക്ഷണനഗരത്തിന് തുടക്കം കുറിച്ചത്. കറൻസി ഇല്ലാതെ, സ്വകാര്യസ്വത്തുക്കൾ ഇല്ലാതെ എല്ലാം സമൂഹത്തിന്റെ പൊതുസ്വത്തായിട്ടുള്ള ഒരിടം.

കൃഷിയെയും പ്രകൃതിയെയും ആൾട്ടർനേറ്റീവ് എനർജിയെയുംപറ്റി ഇവിടെ വിവിധ പരീക്ഷണങ്ങൾ നടത്തുന്നു. മഹർഷി അരബിന്ദോയുടെ സന്തതസഹചാരിയായ 'മദർ' എന്ന് അറിയപ്പെടുന്ന ഫ്രഞ്ച് വനിത മീര അൽഫാസയുടെ മനസ്സിൽ ഉണ്ടായ ഒരു ആശയമാണ് അരോവിലെയുടെ നിർമാണത്തിന് കാരണമായത്. അമ്പതിലധികം രാജ്യങ്ങളിൽ നിന്നുള്ള രണ്ടായിരത്തി അഞ്ഞൂറോളം ആളുകൾ ഈ പരീക്ഷണ നഗരത്തിൽ ഇന്ന് ജീവിക്കുന്നു.

അരോവിലെ ഞങ്ങൾ നടന്നു കണ്ടു. ഏറെ പച്ചപ്പുള്ള ഒരിടം. ഒരു പ്രധാന ആകർഷണ കേന്ദ്രമായിരുന്ന മാത്രി മന്ദിർ കാണാൻ സാധിച്ചില്ല. എന്തോ മരാമത്തുപണികൾ നടക്കുകയായിരുന്നു. അവിടെയാകെ പടർന്നു പന്തലിച്ചു നിൽക്കുന്ന വലിയ ആൽമരത്തിന്റ തണലിൽ കുറച്ചുനേരം വിശ്രമിച്ചു. അരവിന്ദ ദർശനങ്ങളുടെ ഈ പരീക്ഷണ ശാല ലോകപൗരന്മാരെ സൃഷ്ടിക്കുന്ന പരീക്ഷണത്തിൽ വിജയിക്കുമോ? കാലം മറുപടി പറയട്ടെ.

ഒരു നീലക്കാറിന്റെ കഥ

നവിമുംബെയിലെ, വാഷി സെക്ടർ പത്തിലെ ഒരു ഉൾവഴി. രണ്ടു വണ്ടികൾക്ക് കഷ്ടിച്ചു കടന്നുപോകാം. അതിന്റെ ഒരു വശത്ത് സാമാന്യം വലിയ ഫ്ളാറ്റുകൾ ഉള്ള ഒരു കോളനി. അവിടെ കെട്ടിടങ്ങൾ തമ്മിൽ നല്ല അകലം ഉണ്ട്. എതിർ ഭാഗത്തു കുറച്ചുകൂടി ഒതുങ്ങിയ ചെറിയ ഫ്ളാറ്റുകൾ ഉള്ള ബിൽഡിങ്ങുകൾ. ഇവിടെ നിലം കാണാത്തവിധം ചുറ്റിലും കോൺക്രീറ്റ് ഇട്ടിരിക്കുന്നു. കുറച്ചുവർഷങ്ങൾ ഇവിടെ പല തരം ഫ്ളാറ്റുകളിൽ താമസിച്ചിട്ടുണ്ട്. പുറത്തിറങ്ങി മൊബൈലിൽ റോഡിന്റെ ഒരു ഫോട്ടോ എടുത്തു കാനഡയിലുള്ള മിസ്സിസ് വിജയ സാവന്തിന് വാട്സാപ്പ് വഴി അയച്ചുകൊടുത്തു. വിജയയെ വല്ലപ്പോഴും കോണ്ടാക്ട് ചെയ്യാറുണ്ട്. ഇന്റർനെറ്റ് യുഗത്തിൽ മെനഞ്ഞെടുത്ത ബന്ധങ്ങളിൽ വിജയയും പെടും. വിരൽത്തുമ്പിലെ പല പല സൗഹൃദങ്ങളിൽ ഒരാൾ. ഈ സ്ഥലം ഓർമ്മയുണ്ടോ എന്ന എന്റെ ചോദ്യത്തിന് വേഗംതന്നെ മറുപടി കിട്ടി. ഞാൻ എങ്ങനെ മറക്കാനാണ്? ചിരിയുടെ സ്മൈലി ഇട്ടുകൊണ്ടുള്ള വിജയയുടെ മറുപടി. ആ ദിവസം ഇന്നും ഓർമ്മയിൽ ഉണ്ട്. വീണ്ടും വിജയ എഴുതി.

തൊണ്ണൂറ്റിഒന്ന് ആഗസ്റ്റ് മാസത്തിലേക്കു മനസ്സിനെ റോന്ത് ചുറ്റാൻ വിട്ടു. അന്ന് ഓഫീസ് അവധി ആയിരുന്നു. ചിലപ്പോൾ വീക്കിലി ഓഫ് ആയിരിക്കും. ഫാക്ടറികൾക്ക് ഓരോ സ്ഥലങ്ങൾ അനുസരിച്ചു അവധി ദിവസങ്ങൾ വ്യത്യസ്തമാണ്. ഇലക്ട്രിസിറ്റി അറ്റകുറ്റപ്പണികൾ നടത്താൻ അതാണ് സൗകര്യം. പൊതുവെ ഫാക്ടറികളിൽ അവധി ഞായറാഴ്ചകളിൽ അല്ല. നാട്ടിൽ നിന്ന് അനിയൻ സുമനും കസിൻ സജൂവും വന്നിട്ടുണ്ട്. സജൂവിനു അണുശക്തിനഗറിൽ ബി.എ.ആർ.സി. ടെസ്റ്റ് ഉണ്ട്. അതിനു വന്നതാണ്.

ഉച്ചയ്ക്ക് ഏകദേശം രണ്ടു മണി കഴിഞ്ഞു കാണും. ഊണ് കഴിക്കാൻ ഇരുന്നപ്പോൾ കാളിങ് ബെൽ അടിച്ചു. നടന്ന് വാതിലിന് അടുത്ത് എത്തുന്നതിന് മുമ്പേ വീണ്ടും ഒരു വട്ടം കൂടി അടിച്ചു. വാതിൽ തുറന്നപ്പോൾ പിയുവിന്റെ അമ്മയാണ്. അവർ ഞങ്ങളുടെ അടുത്ത ഫ്ളാറ്റിലെ താമസക്കാർ ആണ്. പിയു അന്ന് രണ്ടിലോ മൂന്നിലോ മറ്റോ ആവണം.

പ്രിയങ്ക എന്നാണ് അവളുടെ പേര്. പ്രിയങ്കയുടെ അമ്മയാണ് വിജയ സാവന്ത്. അവർ ഇന്ത്യൻ ബാങ്കിലെ ഒരു ഓഫീസർ ആണ്. പിയുവിന്റെ അച്ഛനെ അത്ര പരിചയം ഇല്ല. കമലാകർ സാവന്ത്, മഹാരാഷ്ട്രയിലെ ഏതോ ചെറുപട്ടണത്തിൽ ഒരു കെമിക്കൽ ഫാക്ടറിയിൽ പ്ലാന്റ് മാനേജർ ആണ്. മുടക്കു ദിവസങ്ങളിലേ വീട്ടിൽ വരാറുള്ളൂ.

''പിയു ഇവിടെ വന്നോ?'' അല്പം പരിഭ്രമത്തോടെ പിയുവിന്റെ അമ്മ ചോദിച്ചു.

പിയു ഇടയ്ക്ക് വീടിന്റെ ചാവി എടുക്കാൻ മറന്നാൽ ഞങ്ങളുടെ ഫ്ളാറ്റിൽ ഇരിക്കാറുണ്ട്. ഷീന വീട്ടിൽ ഉള്ളതുകൊണ്ട് ഇവിടെ ഇരിക്കും. പിന്നെ വിജയ വൈകുന്നേരം ജോലി കഴിഞ്ഞുവരുമ്പോഴാണ് പിയു അവരുടെ ഫ്ളാറ്റിൽ പോവുക. ജോലി ചെയ്യുന്ന അമ്മമാർക്ക് എവിടെയും ഇത്തരം ബുദ്ധിമുട്ടുകൾ ഉണ്ടാവാറുണ്ട്. ചെറുപ്രായത്തിലുള്ള കുട്ടികൾ പലപ്പോഴും ഒറ്റയ്ക്ക് വീട്ടിൽ ഇരിക്കേണ്ടിവരും.

''ഇല്ല, ഇവിടെ വന്നില്ല.''

''മോളെ വീട്ടിൽ കാണാനില്ല. ഒന്ന് എന്റെ ഒപ്പം വരാമോ?''

അവർ അങ്ങനെ ചോദിച്ചപ്പോൾ വേഗം ഡ്രസ്സ് മാറി അവരുടെ ഒപ്പം താഴേക്ക് ഇറങ്ങി.

ന്യൂബോംബെ എന്ന നഗരം പ്ലാൻ ചെയ്തപ്പോൾ അതിന്റെ ആദ്യത്തെ ശിൽപികൾ ആയ ചാൾസ് കൊറിയയും കൂട്ടരും സമൂഹത്തിന്റെ എല്ലാതരം ജനങ്ങൾക്കും വേണ്ടിയുള്ള ഫ്ളാറ്റുകൾ ആണ് നിർമ്മിച്ചത്. എല്ലാതരം വരുമാനക്കാർക്കും ഉള്ള ഫ്ളാറ്റുകൾ ഇവിടെ ഉണ്ട്. ഒരു ബെഡ്റൂമിന്റെയും രണ്ടു ബെഡ്റൂമിന്റെയും മൂന്ന് ബെഡ്റൂമിന്റെയും പലതരത്തിലുള്ള ഫ്ളാറ്റുകൾ ആണ് ചെറിയ ക്ലസ്റ്ററുകളിൽ ആയി പണിതിരുന്നത്. ഇതിനു പുറമെ റോ ഹൗസെസ്. ചില സെക്ടറുകളിൽ കുറച്ചുകൂടി പോഷ് ആയ പ്രൈവറ്റ് കെട്ടിടങ്ങളും ഉണ്ട്. ഞങ്ങൾ അന്ന് താമസിച്ചിരുന്ന ജെ.എൻ.ടു. ടൈപ്പ് കെട്ടിടങ്ങളിൽ കാർ പാർക്കിങ് സൗകര്യം ഇല്ലായിരുന്നു. അടുത്ത് കുറച്ചുകൂടി വലിയ ജെ.എൻ. ഫോർ ടൈപ്പിൽ പാർക്കിംഗ്, കോമ്പൗണ്ടിൽ തന്നെ ഉണ്ട്. വിജയ സാമാന്യം മെച്ചപ്പെട്ട സാമ്പത്തികസ്ഥിതിയിൽ ആയിരുന്നു. അതുകൊണ്ട് അവർക്കു സ്വന്തമായി ഒരു കാറും ഉണ്ടായിരുന്നു. കോമ്പൗണ്ടിന്റെ പുറത്തു റോഡിന് അരികു ചേർത്ത് ഇടാറുള്ള ഇളംനീല പ്രീമിയർ പദ്മിനി കാർ. അന്ന് ആദ്യമായാണ് അവരുടെ കാറിൽ കയറുന്നത്. വിജയയുടെ കാറിൽ ഞങ്ങൾ സെക്ടർ പത്തിലെ താമസസ്ഥലത്തുനിന്ന് സെക്ടർ ഒന്നിലെ പ്രിയങ്കയുടെ സ്കൂളിലേക്ക് തിരിച്ചു.

അന്ന് വാഷി അധികം തിരക്കില്ലാത്ത സ്ഥലമാണ്. ട്രെയിൻ കണക്ഷൻ കിട്ടാൻ ബസ് പിടിച്ചു മാൻഖുർദ് പോകണം. പിന്നെ ഹാർബർ ലൈൻ വഴി സ്ലോ ട്രെയിൻസ് മാത്രമേ ഉള്ളൂ. സിറ്റി ബസ്സുകൾ കുറച്ച് ഉണ്ടെങ്കിലും പല സ്ഥലത്തേക്കും ബസ്സുകൾ ആയിട്ടില്ല. എന്റെ ജോലിസ്ഥലത്തേക്ക്

സൗകര്യത്തിന് ബസ് ഉണ്ടായിരുന്നു. ലാക്‌മെ ഫാക്ടറി ദേവനാര് ആയിരുന്നു. അതുകൊണ്ട് എനിക്ക് അന്ന് ഈ സ്ഥലം അടുത്തായിരുന്നു. അതുപോലെ ബി.എ.ആർ സിയിലും താനെ-ബേലാപ്പൂർ റോഡിലുള്ള ഫാക്ടറികളിലും ജോലി ചെയ്യുന്നവർക്കും വാഷി സൗകര്യമായിരുന്നു. കോളേജുകൾ അധികം ഒന്നും ഇല്ല. ഒരു ഫാദർ ആഗ്നെൽ കോളേജ് ഓർമ്മയുണ്ട്. കുറച്ചു സ്കൂളുകൾ ഉണ്ട്. കുറച്ചു റെസ്റ്റോറന്റുകൾ, ഒരു തിയേറ്റർ. നല്ല സിനിമകൾ കാണാൻ ഞങ്ങളൊക്കെകൂടി ആദ്യത്തെ ഫിലിം ക്ലബ്ബും തുടങ്ങിയിരുന്നു. നവി മുംബൈ എന്ന മഹാനഗരത്തിന്റെ ശൈശവകാലത്തെ അന്തേവാസികളായിരുന്നു ഞങ്ങൾ.

വിജയയുടെ കാറിൽ പ്രിയങ്ക പഠിച്ചിരുന്ന സ്കൂളിൽ ഞങ്ങൾ പോയി. സെക്ടർ ഒന്നിലെ സ്കൂളിൽ ചെല്ലുമ്പോൾ സ്കൂളിലെ കുട്ടികൾ മിക്കവാറും പോയിരുന്നു. വിജയ ക്ലാസ്സിൽ കയറിനോക്കി.

''ഇവിടെ ആരും ഇല്ല.'' സെക്യൂരിറ്റി പറഞ്ഞു.

ഇനി തിരിച്ചു വീട്ടിൽ പോകാം. വീണ്ടും പഴയ സ്ഥലത്തുതന്നെ കാർ പാർക്ക് ചെയ്ത് ഞങ്ങൾ ഫ്ളാറ്റിലേക്ക് നടന്നു. വീട്ടിൽ തിരിച്ചെത്തിയപ്പോൾ സമാധാനമായി. പ്രിയങ്ക വീട്ടിൽ എത്തിയിരുന്നു. ബസ് വരാൻ വൈകിയതുകൊണ്ട് താമസിച്ചതാണെന്ന് അവൾ പറഞ്ഞു. ലഞ്ച് കഴിഞ്ഞു വീണ്ടും ഓഫീസിൽ പോണം എന്ന് പറഞ്ഞു വിജയ അവരുടെ ഫ്ളാറ്റിലേക്കു കയറിപ്പോയി. സഹായത്തിനു നന്ദിയും ചൊല്ലി. ഞങ്ങളുടെ ഫ്ളാറ്റുകൾ തൊട്ടുതൊട്ടാണ്.

''കുട്ടി ആളെ പേടിപ്പിച്ചു. എന്നാലും അപകടം ഒന്നും ഇല്ലാതെ വീടെത്തിയല്ലോ.'' ഞങ്ങൾ പറഞ്ഞു.

എന്റെ ഭക്ഷണം കഴിഞ്ഞപ്പോൾ വീണ്ടും ബെല്ലടി. തുറന്നപ്പോൾ വീണ്ടും വിജയ.

''എന്റെ കാറ് കാണാനില്ല. ആകെ പരിഭ്രമിച്ചു.'' വിജയ പറഞ്ഞു.

''അത് എങ്ങനെ?'' എനിക്ക് അത്ഭുതം.

''നമ്മൾ കാർ പാർക്ക് ചെയ്ത സ്ഥലത്ത് ഇപ്പൊ കാറില്ല.''

സമയം അപ്പോൾ ഏകദേശം മൂന്ന് മണി ആയിട്ടേ ഉള്ളൂ. വെറും പതിനഞ്ചു മിനുട്ടിനുള്ളിൽ അതെങ്ങനെ അപ്രത്യക്ഷമായി? ചെറിയ ഒരു ചാറൽ മഴ ഉണ്ടായിരുന്നു. ഞങ്ങൾ ഓരോ കുടയുമായി പുറത്തിറങ്ങി. പൊലീസിൽ പോയി പരാതി കൊടുക്കാം. അടുത്തുള്ള സെന്റ് മേരീസ് പള്ളിയുടെ മുന്നിലുള്ള ഓട്ടോ സ്റ്റാൻഡിൽ നിന്നും ഒരു ഓട്ടോ വിളിച്ചു. നേരത്തെ പോയ സെക്ടർ ഒന്നിൽ തന്നെയാണ് പൊലീസ് സ്റ്റേഷൻ. ബോംബെ-പൂനെ റോഡിൽ നിന്ന് വാഷിയിലേക്ക് തിരിയുന്നതിന്റെ തുടക്കത്തിൽ ആണ് സെക്ടർ ഒന്ന്. ഇവിടെനിന്നാണ് ന്യൂബോംബെയുടെ തുടക്കവും. പൊലീസ് സ്റ്റേഷനിൽ പോയി പരാതി കൊടുത്തു. കാർ നഷ്ടപ്പെട്ടെന്ന് പറഞ്ഞപ്പോൾ വണ്ടിയിൽ അധികം

പെട്രോൾ ഉണ്ടോ എന്ന് പൊലീസ് ചോദിച്ചു. അധികം ഇല്ലെന്ന് പറഞ്ഞപ്പോൾ എങ്കിൽ നിങ്ങൾ വാഷിയിൽ തന്നെ ഒന്ന് കറങ്ങി നോക്കൂ എന്ന് പൊലീസ് പറഞ്ഞു. ആലോചിച്ചാൽ എത്ര വിചിത്രമായ പ്രതികരണം.

എന്തായാലും ഒരു ശ്രമം നടത്താമെന്ന് ഞങ്ങൾ തീരുമാനിച്ചു. ഓട്ടോവെയ്റ്റിങ്ങ് ആയിരുന്നു. അടുത്തുള്ള പമ്പുകളിൽ ആദ്യം നോക്കി. പിന്നെ വാഷിയിലെ ഉൾറോഡുകളിലൂടെ. സെക്ടർ 14 എത്തിയപ്പോൾ അകലെ ഒരു ഇളംനീല കാർ.

''അത് ആവാൻ സാധ്യതയുണ്ട്.'' വിജയ പറഞ്ഞു.

ഓട്ടോ വേഗം ഓടിക്കാൻ ഡ്രൈവറോട് പറഞ്ഞു. എന്റെ ഹൃദയം ശക്തമായി മിടിക്കാൻ തുടങ്ങി. പണ്ട് കണ്ട സിനിമകളിലെ സ്റ്റണ്ട് രംഗങ്ങൾ പലതും മനസ്സിലൂടെ മിന്നിമറഞ്ഞു. അമിതാഭ്ബച്ചനും പ്രേംനസീറും എല്ലാം ഓർമ്മയിൽ തെളിഞ്ഞു. കഥ ക്ലൈമാക്സിലേക്ക് എത്തിയപോലെ തോന്നി.

''കാർ ഇതു തന്നെയാണോ?'' ഉറപ്പിക്കാൻ ആയി ഞാൻ ചോദിച്ചു.

''ആണെന്ന് തോന്നുന്നു.''

വിജയയുടെ മറുപടി എന്നിൽ ഉണ്ടാക്കിയ വികാരം സന്തോഷം മാത്രമല്ല. ഒരു മൽപ്പിടുത്തം വേണ്ടി വരുമോ? ആയുധമായി കയ്യിൽ ഒരു കുടയുണ്ട്. അവർ എത്ര പേരുണ്ടാവും? വല്ലഭന് പുല്ലും ആയുധം. ധൈര്യം ചോർന്നുപോയെങ്കിലും അത് പുറമെ കാട്ടിയില്ല. ഞങ്ങൾ ആ നീല കാറിന്റെ അടുത്തെത്തി. ഇനി എന്ത് എന്ന് ആലോചിച്ചിരിക്കുമ്പോൾ പെട്ടെന്ന് വിഷമത്തോടെ വിജയ പറഞ്ഞു.

''ഇതെന്റെ കാർ അല്ല. വേറെ നമ്പർ ആണ്.''

ഞങ്ങൾ കുറച്ചുകൂടി കറങ്ങി നോക്കി വീണ്ടും പൊലീസ് സ്റ്റേഷനിൽ പോയി പരാതി കൊടുത്തു. കളവു പോകുന്ന വണ്ടികൾ ലഹരിസാധനങ്ങൾ കടത്താൻ ഉപയോഗിക്കാറുണ്ടത്രെ. ഉപയോഗം കഴിഞ്ഞ് അവർ പിന്നെ വഴിയിൽ ഉപേക്ഷിക്കുക ആണ് പതിവ്. എന്നെങ്കിലും അങ്ങനെ കാർ കണ്ടുകിട്ടുമെന്ന പ്രതീക്ഷയിൽ ഞങ്ങൾ തിരിച്ചു.

വാട്സാപ്പിൽ വിജയയുടെ അടുത്ത മെസേജ്.

''എന്റെ ബ്രദർ ഒരു ഉന്നത പൊലീസ് ഉദ്യോഗസ്ഥനായിരുന്നു. അവൻ അന്ന് അമരാവതിയിൽ ആയിരുന്നു. അതുകൊണ്ട് അവനും എന്നെ സഹായിക്കാൻ പറ്റിയില്ല. എന്റെ ആദ്യത്തെ കാർ അങ്ങനെ പോയിക്കിട്ടി.''

വിജയ എന്നോടൊപ്പം ആ ദിവസം ഓർത്തെടുത്തു. ഓർമ്മകളിൽ തങ്ങിനിൽക്കുന്ന ഒരു ദിവസം.

സൈക്കിൾ യജ്ഞം

നാടോടികൾ വന്നു സൈക്കിൾ യജ്ഞം നടത്തുന്നത് കണ്ടിട്ടുണ്ടോ? ഉച്ചഭാഷിണിയിൽ പാട്ടിന്റെ അകമ്പടിയിൽ സൈക്കിളിൽ നിന്നും ഇറങ്ങാതെ, രാത്രി ഉറങ്ങാതെ ദിവസം മുഴുവൻ കറങ്ങിക്കൊണ്ടിരിക്കും. അന്റോപ് ഹില്ലിലെ താമസക്കാലത്ത് ഒരു സ്ഥിരം കാഴ്ച ആയിരുന്നു അത്. അതിനെയാണ് സാധാരണ സൈക്കിൾ യജ്ഞം എന്ന് പറയുക. അവിടെ അഭ്യാസി സൈക്കിൾ കറക്കുന്നു. ഇത് അവരുടെ കഥ അല്ല. ഒരു സൈക്കിൾ എന്നെ ഇട്ട് കറക്കിയ കഥയാണ് എന്റെ ഓർമ്മയിൽ വരുന്നത്.

ബോംബെ ജുഹുവിലെ പ്രസിദ്ധമായ ഒരു തുണിക്കടയുണ്ട്. കലാനികേതൻ. അമേരിക്കയിൽ നിന്നും വന്ന അങ്കിളിന്റെയും ആന്റിയുടെയും ഒപ്പം കലാനികേതനിൽ ഒരിക്കൽ സാരി വാങ്ങാൻ കൂട്ട് പോയിരുന്നു. അവർ കുറെ വർഷങ്ങളായി അമേരിക്കയിലാണ്. നാടിനോട് അത്രയും അടുപ്പം ഉള്ളവരാണ്. എല്ലാ വർഷവും നാട്ടിൽ വരും. അവർ വരുന്നത് ഞങ്ങൾക്ക് ഏറെ സന്തോഷം ഉണ്ടാക്കുന്ന ഒരു സമയവും ആണ്. അമേരിക്കയിലെ അവരുടെ ബന്ധുക്കൾക്കും കൂട്ടുകാർക്കും വേണ്ടിയുള്ള ഒരു ഷോപ്പിംഗ്. കലാനികേതൻ അത്തരം ഷോപ്പിങ്ങിനു പറ്റിയ ഒരു ഇടമാണ്. കുറെ സാരി കളക്ഷൻസ് അവിടെ ഉണ്ട്. സഹാർ ഇന്റർനാഷണൽ എയർപോർട്ടിനും സാന്താക്രൂസ് ഡൊമസ്റ്റിക് എയർപോർട്ടിനും ഇടയ്ക്കുള്ള സ്ഥലമാണ് പാർലെ. കമ്പനി സെക്രട്ടറി കോഴ്സ് പഠിച്ചിരുന്ന സമയത്തു പാർലെയിലെ എൻ.എം. (നഴ്സി മോൺജി) കോളേജിൽ വരാറുണ്ട്. വിസിറ്റേഴ്സ് വരുമ്പോൾ വരുന്ന സ്ഥലമാണ് ജുഹു. ബോളിവുഡിലെ പല പ്രമുഖരുടെയും വാസസ്ഥലം. ജുഹു ബീച്ച് ബോംബയിലെ ഒരു പ്രമുഖ ടൂറിസ്റ്റ് കേന്ദ്രം ആണ്.

കലാനികേതനിൽ നിന്നും സാരി വാങ്ങി പുറത്തിറങ്ങി. കടയുടെ മുന്നിൽ ഒരു സൈക്കിൾ ഇരിക്കുന്നത് കണ്ടപ്പോൾ അങ്കിൾ പറഞ്ഞു,

‘‘അമേരിക്കയിൽ വളഞ്ഞ സ്പോർട്സ് സൈക്കിൾ പോലത്തെ സൈക്കിൾ ആണ് അധികം പോപ്പുലർ. ഇത് കാണുമ്പോൾ നാട്ടിലെ

പഴയ 'റാലി' സൈക്കിൾ ഓർമ്മ വരുന്നു. ഒരു ക്ലാസിക് ലുക്ക് ആണ് റാലി സൈക്കിളിന്. ഒരു നൊസ്റ്റാൾജിയ. ഈ ടൈപ്പ് സൈക്കിൾ ഞങ്ങൾക്ക് അവിടെ കിട്ടില്ല. നിനക്ക് ഒരു സൈക്കിൾ വാങ്ങി അയച്ചു തരാൻ പറ്റുമോ?''

കളിയായാണോ കാര്യമായാണോ പറഞ്ഞത് എന്നത് വലിയ നിശ്ചയമില്ല. എന്നാലും ഞാൻ സന്തോഷത്തോടെ പറഞ്ഞു, ''ചെയ്യാലോ.''

അവർ നാട്ടിൽ വന്ന് അമേരിക്കയ്ക്ക് പോകുന്നതിനിടെ ഉള്ള ഒരു ട്രാൻസിറ്റ് ബ്രേക്ക് ആയിരുന്നു ആ ദിവസം. പിറ്റേന്ന് അവർ അമേരിക്കയ്ക്ക് പോയി. അവർ പോയി കൃത്യം ഒരു മാസം കഴിഞ്ഞപ്പോൾ എനിക്ക് അമേരിക്കയിൽ നിന്നും ഒരു കത്ത് വന്നു. കൂടെ ഒരു ചെക്കും. അപ്പോൾ അങ്കിൾ വെറുതെ പറഞ്ഞതല്ല. അയച്ച തുകയിൽ ഒതുങ്ങുന്ന ഒരു സൈക്കിൾ വാങ്ങി അമേരിക്കയ്ക്ക് കയറ്റി അയയ്ക്കണം എന്നതാണ് എനിക്ക് കിട്ടിയ ടാസ്ക്.

വാഷിയിൽ താമസസ്ഥലത്തിനടുത്തുള്ള സൈക്കിൾ ഷോപ്പുകളിൽ വെറുതെ ഒന്ന് കറങ്ങി നോക്കി. ഇഷ്ടപ്പെട്ട സൈക്കിൾ കിട്ടാൻ അത്ര ബുദ്ധിമുട്ടുണ്ടാകില്ല. പക്ഷേ, അതെ ആ 'പക്ഷേ' ഒരു വലിയ പക്ഷേ തന്നെ. ഏഴാംകടലിനപ്പുറം എങ്ങനെ അതിനെ എത്തിക്കും? ഇന്ന് ഇതൊക്കെ എളുപ്പം സാധിക്കുമായിരിക്കും. ആ കാലത്ത് എക്സ്പോർട്ട്-ഇംപോർട്ട് എല്ലാം വളരെ നിയന്ത്രിതമായിരുന്നു. ഒരു മുപ്പതു വർഷങ്ങൾക്കപ്പുറം അത് ഒരു വലിയ 'പക്ഷേ' ആയിരുന്നു.

വി.ടി. സ്റ്റേഷൻ അടുത്തുള്ള ജനറൽ പോസ്റ്റ്ഓഫീസിൽ ഞാൻ ഇടയ്ക്കു പോകാറുണ്ട്. വിശേഷ സ്റ്റാമ്പുകൾ ഇറക്കുമ്പോൾ അത് വാങ്ങാൻ. നൂറുവർഷം പഴക്കമുള്ള ഒരു കൊട്ടാരം പോലത്തെ കെട്ടിടം. ബോംബെയിലെ ലാൻഡ് മാർക്ക് ബിൽഡിംഗ്. ബ്രിട്ടീഷ് രാജിന്റെ കാലത്തു ബിജാപൂരിലെ ഗോൽഗുംബസിനെ അനുസ്മരിപ്പിക്കുന്ന രീതിയിലാണ് ഈ കെട്ടിടത്തിന്റെ നിർമ്മിതി. ബോംബയിലേക്കുള്ള തപാൽ പാർസൽ സർവ്വീസുകളുടെ ഒരു പ്രധാന ഓഫീസ് ആണ് ജി.പി.ഓ. പോസ്റ്റ്ഓഫീസ് വഴി പാർസൽ അയയ്ക്കാൻ പറ്റുമോ എന്നറിയാൻ ബോംബെ ജനറൽ പോസ്റ്റ്ഓഫീസിൽ പോയി ഒന്ന് അന്വേഷിക്കണമെന്ന് കരുതി. വിചിത്രമായ ഒരു ആവശ്യമായി അവർക്കു തോന്നിയോ എന്തോ, കുറെ തടസ്സങ്ങൾ മാത്രമേ മറുപടി ആയി കിട്ടിയുള്ളൂ. അത്ര എളുപ്പം നടക്കില്ലെന്ന് അതോടെ മനസ്സിലായി.

ലാക്മെ ദേവനാർ ഫാക്ടറിയിലെ അക്കൗണ്ട്സ് ഡിപ്പാർട്ട്മെന്റിൽ ആയിരുന്നു എന്റെ ജോലി. അവിടെ എക്സ്പോർട്ട് ഡിപ്പാർട്ട്മെന്റിൽ കുറെ സുഹൃത്തുക്കൾ ഉണ്ടായിരുന്നു. അവരോട് എന്റെ ആവശ്യം

അറിയിച്ചു. ലാക്മെ എക്സ്പോർട്ടുകൾ അധികവും അന്ന് റഷ്യയിലേക്കാണ്. റഷ്യയുമായി ആ കാലത്ത് ഒരു ബാർട്ടർ സിസ്റ്റം പോലെയുള്ള എക്സ്പോർട്ടുകൾ ആണ് ഇന്ത്യൻ സർക്കാർ തലത്തിൽ നടന്നിരുന്നത്. നമ്മൾ വാങ്ങിക്കുന്ന വെടിക്കോപ്പുകൾക്കും മറ്റു സാധനങ്ങൾക്കും പകരം നമ്മൾ ചില ഉത്പന്നങ്ങൾ കയറ്റി അയയ്ക്കും. ഇതിനെപ്പറ്റി കൂടുതൽ അറിയുക നമ്മളുടെ ഇംപോർട്ട്-എക്സ്പോർട്ട് കൈകാര്യം ചെയ്യുന്ന എക്സ്പോർട്ട് ഏജന്റിനാവും എന്ന് പറഞ്ഞത് സദാനന്ദൻ ആണെന്ന് തോന്നുന്നു. അതുകൊണ്ട് അവരോടു ചോദിക്കാം. ഇത്തരം ഒരു സേവനം തരാൻ അവരും ഒരുക്കമല്ലായിരുന്നു.

ആരെങ്കിലും അമേരിക്കയ്ക്ക് പോകുന്നുണ്ടെങ്കിൽ സംഗതി എളുപ്പമാവും എന്ന് എന്നെ ഉപദേശിച്ചത് കസ്റ്റംസ് കൺസൾട്ടന്റ് ആയ സിന്ധി സുഹൃത്ത് മഖിജാനി ആയിരുന്നു. ബോംബെയിൽ കുറെ സിന്ധികൾ ഉണ്ട്. വിഭജനത്തിന്റെ മുറിവുകളുമായി അഭയാർത്ഥികളായി ജീവിതം പടുത്തുയർത്തിയവർ. പലരുടെയും പേരുകൾ അവസാനിക്കുന്നത് 'നി' എന്ന അക്ഷരത്തിൽ ആവും. അല്ലെങ്കിൽ 'ജാ'യിൽ. സിന്ധുനദീതീരത്തുനിന്നും ഇന്ത്യയിലേക്ക് പലായനം ചെയ്തവർ. മഖീജാനിയുടെ ഉപദേശം എന്തായാലും കേൾക്കാമെന്ന് കരുതി. അങ്ങനെ ആരെ കിട്ടാൻ ആണ്? അന്ന് അമേരിക്കയിൽ അധികം പരിചയക്കാർ ഒന്നും ഇല്ല. ഉള്ളവർ രണ്ടോ മൂന്നോ വർഷം കൂടുമ്പോൾ ആണ് നാട്ടിൽ വരുന്നത്.

അങ്ങനെ പ്രതീക്ഷ കെട്ടടങ്ങിയ സമയത്താണ് ചേട്ടത്തിയുടെ അച്ഛനും അമ്മയും ബോംബെയിൽ വരുന്നത്. ചേട്ടനും കുടുംബവും ന്യൂജേഴ്സിയിൽ ആയിരുന്നു. ചേട്ടത്തിയുടെ അച്ഛനും അമ്മയും അവിടേക്ക് പോകുന്നു. അവരുടെ കയ്യിൽ അധികം ബാഗേജ് ഇല്ല. കൂടാതെ അൺ അക്കമ്പനീഡ് ബാഗേജ് ആയി ബാഗേജസ് അയയ്ക്കാനുള്ള ഒരു സാധ്യതയും ഉണ്ട്. ഏറെ പ്രതീക്ഷയോടെ ഞാനും ഷീനയും പോയി ഒരു സൈക്കിൾ വാങ്ങി. ഭദ്രമായി പാക്ക് ചെയ്ത് നേരത്തെ എയർപോർട്ടിലേക്കു തിരിച്ചു. ഷീനയുടെ മാമനും അമ്മായിയും താമസിക്കുന്നത് എയർപോർട്ടിന് അടുത്ത് അന്ധേരിയിൽ ആണ്. അവരെ കണ്ട് ഞങ്ങൾ എയർപോർട്ടിൽ എത്തി.

എയർപോർട്ടിൽ അന്ന് പതിവിലും അധികം തിരക്കായിരുന്നു. വളരെ കർശനമായ നിയന്ത്രണങ്ങൾ. പൊതിഞ്ഞു കെട്ടിയ സൈക്കിൾ അന്ന് അവർ അകത്തേക്ക് കയറ്റാൻ സമ്മതിച്ചില്ല. സെക്യൂരിറ്റി പതിവിലും കർശനം.

ഗൾഫ് യുദ്ധത്തിന് തുടക്കം കുറിച്ച് അമേരിക്ക ഇറാക്കിൽ ബോംബ് ഇടാൻ തുനിഞ്ഞത് അന്നാണ്. ചരിത്രത്തിൽ അടയാളപ്പെടുത്തിയ ഒരു

ദിവസം. ഗൾഫ് മേഖലയിൽ അശാന്തിയുടെ തുടക്കം കുറിച്ച ദിവസം. പോർവിളികൾക്കൊടുവിൽ യുദ്ധം ആരംഭിച്ചത് അന്നായിരുന്നു. ആയിരത്തി തൊള്ളായിരത്തി തൊണ്ണൂറ്റി ഒന്ന് ജനുവരി പതിനേഴ്. അതുകൊണ്ട് അന്ന് എല്ലാ എയർപോർട്ടുകളിലും സെക്യൂരിറ്റി വർദ്ധിപ്പിച്ചു. സൈക്കിൾ അയയ്ക്കാനുള്ള എന്റെ അന്നത്തെ ശ്രമം അങ്ങനെ തകിടം മറിഞ്ഞു. ബുഷിന്റെ ആക്രമണത്തിൽ ആ പ്ലാൻ അങ്ങനെ പൊളിഞ്ഞു കിട്ടി.

ഈ സൈക്കിൾ ഇനി എന്ത് ചെയ്യും എന്നായി അടുത്ത ചിന്ത. എന്തായാലും ഫ്ളാറ്റിൽ കൊണ്ടുവെയ്ക്കാൻ സൗകര്യമില്ല. നാലാം നിലയിൽ അത് കൊണ്ടുവെച്ചിട്ടു വലിയ കാര്യവുമില്ല. അന്ധേരിയിലെ അമ്മായി അപ്പോൾ സഹായത്തിന് എത്തി. സൈക്കിൾ അവരുടെ പാൽക്കാരന് കൊടുക്കാമെന്ന് ഏറ്റു.

സൈക്കിൾ അയയ്ക്കാനുള്ള ഉദ്യമത്തിൽ നിന്നും പിന്മാറുകയാണെന്ന് ഞാൻ അങ്കിളിനെ അറിയിച്ചു. മിഷൻ സൈക്കിൾ ഫയൽ അവിടെ അടച്ചുപൂട്ടി. എന്റെ സൈക്കിൾ യജ്ഞം അങ്ങനെ അവസാനിപ്പിച്ചു.

ദസ്തർ ബന്ദി

"വീട്ടിൽ ഒരു ചടങ്ങ് ഉണ്ട്."

സർദാരിണിഭാഭി ക്ഷണിക്കാൻ വന്നതാണ്. ഞങ്ങൾ മുമ്പ് താമസിച്ചിരുന്ന ന്യൂബോംബെയിലെ വാഷിയിലുള്ള ജെ.എൻ. ഫോർ ടൈപ്പ് ബിൽഡിങ്ങിലെ ഒന്നാം നിലയിലാണ് അവരുടെ ഫ്ളാറ്റ്. ഞാനും ഷീനയും താമസിച്ചിരുന്ന നാലാം നിലയിൽ ഇപ്പോൾ വിനയനും ശശിയും വേറെ ചില കൂട്ടുകാരുമാണ് താമസം. എന്റെ കല്ല്യാണത്തിന് മുമ്പ് ഫ്രണ്ട്സ് ആയി ഞാൻ താമസിച്ചതും അവിടെതന്നെ ആയിരുന്നു. അടുത്തുള്ള ജെ.എൻ. ടു ടൈപ്പ് ബിൽഡിങ്ങിലാണ് ഇപ്പോൾ ഞങ്ങളുടെ താമസം. സിഡ്കോ ബിൽഡിങ്ങുകളിൽ ഒരു പ്രത്യേക തരം കൺസ്ട്രക്ഷൻ ആണ് ജെ എൻ ടു ടൈപ്പ്. താഴെ ചെറിയ രണ്ടു മുറികൾ. തീരെ ചെറിയ അടുക്കളയും ബാത്ത്റൂമും. പിന്നെ അകത്തു നിന്നും ഒരു കോണി, ഒരു തട്ടിൻപുറം, ഓപ്പൺ ടെറസ്. ബാൽക്കണിയിൽ വന്നു വിശേഷം പറഞ്ഞു നിൽക്കുമ്പോൾ ഭാഭി ചടങ്ങിനെപ്പറ്റി കൂടുതൽ പറഞ്ഞു.

"മകന്റെ പകുടി (തലപ്പാവ്) വെക്കുന്ന ചടങ്ങാണ്. ദസ്തർ ബന്ദി എന്നു പറയുന്ന ഈ ചടങ്ങ് ഒരു സിഖുകാരന്റെ കുടുംബത്തിലെ ഏറെ സന്തോഷം ഉള്ള ചടങ്ങാണ്. ഭായ് സാബ് ഷീനയുമായി വന്നു ഞങ്ങളുടെ വീട്ടിലെ ആഘോഷത്തിൽ പങ്കെടുക്കണം. പഞ്ചാബിൽ നിന്നും അടുത്ത ബന്ധുക്കളൊക്കെ വരുന്നുണ്ട്. രണ്ടുമൂന്ന് ദിവസം ഉണ്ടാവും. നമുക്ക് ആഘോഷിക്കാം. കൂട്ടുകാരെയും വിളിക്കണം."

സിഖുകാരുടെ കുടുംബങ്ങളിൽ നടക്കുന്ന ഒരു പ്രധാന ചടങ്ങാണ് ദസ്തർ ബന്ദി. ആൺകുട്ടികൾ പതിനൊന്നാം വയസ്സിനും പതിനാറാം വയസ്സിനും ഇടയിലാണ് തലപ്പാവു കെട്ടുന്ന ഈ ചടങ്ങ് നടത്തുക. അവരുടെ ഗുരുദ്വാരയിൽ, വിശുദ്ധഗ്രന്ഥമായ ഗുരുഗ്രന്ഥ് സാഹിബിനെ സാക്ഷിയാക്കി മുതിർന്നവർ, കുട്ടികൾക്ക് ദസ്തർ കെട്ടികൊടുക്കുന്നു.

പണ്ട് ഉത്തരേന്ത്യയിൽ ആഢ്യത്വത്തിന്റെ അടയാളമായിരുന്നു തലപ്പാവുകൾ. രാജാക്കന്മാരും രജപുത്രരും ഉപയോഗിച്ചിരുന്ന തലപ്പാവുകൾ

ജാതിവ്യവസ്ഥയുടെ ഒരു അവശേഷിപ്പുകൾകൂടി ആയിരുന്നു. ഉടയാടകളിൽ നിന്നും ആളുകളെ തിരിച്ചറിയാൻ. സിംഹം എന്ന് അർത്ഥം വരുന്ന സിംഗ് പുരുഷന്മാർക്കും രാജകുമാരി എന്ന് അർത്ഥം ഉള്ള കൗർ എന്ന് സ്ത്രീകൾക്കും പേരുകൾ നൽകിയത്, നിലവിലുള്ള ജാതിവ്യവസ്ഥകളെ ചോദ്യംചെയ്യൽ ആയിരുന്നു. പേരിന്റെ ഒപ്പം ജാതിപ്പേരുകൾക്ക് പകരം സിങ്ങ് എന്ന് ഉപയോഗിച്ചു തുടങ്ങിയത് അതുകൊണ്ടാണ്. ജാതിവാലുകൾ മുറിച്ചു കളയാൻ. എല്ലാവരും തുല്യരാണെന്ന ഉയർന്ന നീതിബോധം മുന്നൂറ് വർഷങ്ങൾക്കു മുമ്പ് പത്താമത്തെ സിഖ്ഗുരുവിന് ഉണ്ടായിരുന്നു.

''പിന്നെ ഭായ്സാബ്,'' ഭാഭി തുടർന്നു. ''ഞങ്ങളുടെ വീട്ടിലെ സൗകര്യം അറിയാലോ. വീട്ടിൽ വിരുന്നുകാർ അധികം വരുമ്പോൾ വേണ്ടത്ര സ്ഥലമില്ല. അവർ പഞ്ചാബിൽ നിന്നും വരുന്നതല്ലേ, മൂന്ന് ദിവസം അവരെ, കൂടെ താമസിപ്പിക്കാൻ കൂട്ടുകാരോട് ആവശ്യപ്പെടാമോ?''

മുമ്പ് അതേ ഫ്ളാറ്റിൽ ഞങ്ങൾ ബാച്ചലേഴ്സായി താമസിച്ചിരുന്ന കാര്യം ഭാഭിക്ക് അറിയാം. അപ്പോൾ ഫ്രണ്ട്സ് ആ ആവശ്യം തള്ളില്ലെന്ന് അവർ ഊഹിച്ചു കാണും. അവരുടെ ആവശ്യം അംഗീകരിക്കാൻ വിനയനും ശശിക്കും ഒരു തടസ്സവും ഉണ്ടായില്ല.

''എല്ലാവരുംകൂടി വരുമ്പോൾ ചിലപ്പോൾ അടുക്കള ഉപയോഗിക്കാൻ പറ്റില്ല. ഭക്ഷണം ഞങ്ങളുടെ വീട്ടിൽ ആവാം.''

അതിഥി സൽക്കാരത്തിൽ പഞ്ചാബികൾ എപ്പോഴും മുന്നിലാണ്. ദസ്താർ ബന്ദിക്കു രണ്ടു ദിവസം മുന്നേ വിരുന്നുകാർ എത്തി. ഘടാഘടിയന്മാരായ സർദാർജിമാരും അവരോടു ഒത്തുപോകാവുന്ന സർദാരിണിമാരും. രണ്ടു ബെഡ്റൂമും ഹാളും അടുക്കളയുമുള്ള ഫ്ളാറ്റിൽ ഒരു ബെഡ്റൂമിലേക്കു മാത്രമായി ചുരുങ്ങി, കൂട്ടുകാർ വിരുന്നുകാർക്ക് ഇടം കൊടുത്തു. രണ്ടു ദിവസത്തെ കാര്യമല്ലേ? അത് സാരമില്ല. ആരുടെയോ ആശ്വാസവചനം.

''ഫങ്ഷൻ കഴിഞ്ഞു പിറ്റേദിവസം തന്നെ ഇവരെല്ലാം തിരിച്ചുപോകും. ഭായ്സാബ് വളരെ നന്ദിയുണ്ട്.'' ഭാഭി വീണ്ടും അവരുടെ നന്ദി രേഖപ്പെടുത്തി. പഞ്ചാബി ഭക്ഷണവും പാട്ടും ഡാൻസും ഒക്കെ ആയി പരിപാടി നന്നായി. മുന്നേ ടിക്കറ്റ് ബുക്ക് ചെയ്ത ചിലർ ഉടൻ തിരിച്ചുപോയി. പലരുടെയും ടിക്കറ്റ് രണ്ടു ദിവസംകൂടി കഴിഞ്ഞിട്ടാണ്. അതുകൊണ്ട് രണ്ടു ദിവസംകൂടി അവരെ ഇവിടെ താമസിപ്പിക്കേണ്ടി വരും. അത്പറഞ്ഞത് സർദാർജി ആയിരുന്നു.

ഇന്ത്യയെ വേദനയിൽ ആഴ്ത്തിയ ഒരു ദുരന്തം അന്ന് സംഭവിച്ചു. തമിഴ്നാട്ടിൽ ഇലക്ഷൻ റാലിക്കിടയിൽ രാജീവ്ഗാന്ധി വധിക്കപ്പെട്ടു. വധത്തിനു പിറകിൽ തമിഴ്പുലികൾ ആണെന്നും വേറെ ഗൂഢാലോചനകളും തള്ളിക്കളയാൻ ആവില്ലെന്നും ആണ് ടൈംസ് ഓഫ് ഇന്ത്യ റിപ്പോർട്ട്.

എൺപത്തിനാലിൽ ഇന്ദിരാഗാന്ധി വധിക്കപ്പെടുന്ന സമയത്തു ഞാൻ ബോംബയിലെ അന്റോപ് ഹില്ലിൽ ആയിരുന്നു. അന്റോപ് ഹില്ലിനു തൊട്ടുള്ള ഗുരു തേജ് ബഹദൂർ നഗർ (ജി.ടി.ബി നഗർ) ബോംബെയിലെ സർദാർജി ടാക്സി ഡ്രൈവേഴ്സ് താമസിക്കുന്ന ഒരു കേന്ദ്രം ആയിരുന്നു. അന്ന് അവരൊക്കെ പുറത്തിറങ്ങാതെ കുറച്ചു ദിവസങ്ങൾ അവരുടെ കോളണിയിൽ തന്നെ കഴിച്ചുകൂട്ടി. വിഭജനകാലത്തു ബോംബയിൽ വന്നിട്ടുള്ള സർദാർജിമാർ പലരും ഇവിടെയാണ് കഴിയുന്നത്. ദാദറിലുള്ള പ്രമുഖ പഞ്ചാബി ഹോട്ടൽ ആയ പ്രീതം ഹോട്ടലും കുറച്ചു ദിവസം അടഞ്ഞുകിടന്നു. ഡൽഹിയിലേതുപോലെ വംശഹത്യകൾ ബോംബെയിൽ നടന്നില്ല. പ്രശ്നം ഇല്ലാതിരിക്കാൻ സർദാർജിമാർ വീടുകളിൽ ഒതുങ്ങിക്കൂടി.

രാജീവ്ഗാന്ധി വധിക്കപ്പെട്ട ആദ്യദിവസങ്ങളിൽ സർദാർജികൾക്ക് വല്ലാത്ത ഭയം ഉണ്ടായിരുന്നു. മുൻപ് കേട്ടിരുന്ന രണ്ടു വധശ്രമങ്ങളിൽ സർദാർജിമാർ പ്രതികൾ ആയിരുന്നു. അതുകൊണ്ട് യാത്ര ഒഴിവാക്കുന്നതാണ് നല്ലത്. അതിഥികൾ എല്ലാരും ആകെ ഭയപ്പാടിലാണ്. വിചാരിച്ച ദിവസം എന്തായാലും യാത്ര നടക്കില്ല. ഒരു നിസ്സഹായ അവസ്ഥ. ഭാഭിയുടെ മുഖത്ത് ഇപ്പോൾ തെളിയുന്നത് ഒരു ജാള്യത. ലീവ് എടുത്തു വീട്ടിൽ ഇരിക്കാൻ പറ്റില്ലല്ലോ. അതുകൊണ്ട് വീട് സർദാർജിമാരെ ഏല്പിച്ചു കൂട്ടുകാർ ജോലിക്ക് പോകും. പകൽ പിന്നെ അതൊരു പഞ്ചാബി ഹൗസ് ആയിരുന്നു. ഓഫീസ് വിട്ട് തിരിച്ചെത്തുമ്പോൾ സ്വന്തം വീട്ടിൽ കൂട്ടുകാർ അതിഥികളെപോലെ ഒതുങ്ങിക്കൂടി. സർദാർജിമാർ തമ്മിലുള്ള സംസാരം അധികം പഞ്ചാബിയിൽ ആയതുകൊണ്ട് ഒന്നും മനസ്സിലാവുകയും ഇല്ല. ഒട്ടകത്തിന് ഇടം കൊടുത്ത അറബിയെ പോലെ.

രണ്ടു ദിവസം കഴിഞ്ഞപ്പോൾ വധത്തിനു പിന്നിൽ സർദാർജിമാർ ഇല്ലെന്ന് വ്യക്തമായി. അവരുടെ മുഖത്ത് പുഞ്ചിരി വീണ്ടും വിടർന്നു. അവരെല്ലാം പഞ്ചാബിലേക്കു മടങ്ങിപ്പോയി. വീട് കാലിയായി കിട്ടിയപ്പോൾ ഒരു ദീർഘനിശ്വാസം.

ഞങ്ങളുടെ കൂടിച്ചേരലുകളിൽ ഇപ്പോഴും ഞങ്ങൾ ഇത് ഓർത്തു ചിരിക്കാറുണ്ട്. എന്നും ഓർത്തുവെക്കാൻ ഒരു ദസ്തർ ബന്ദി.

ചരിത്രത്തിലേക്ക്
ഒരു കുതിരസവാരി

ഒരു യാത്ര പോവണമെന്ന് കരുതിയപ്പോൾ ഗോപിയാണ് കനേറി കേവ്സിനെപ്പറ്റി പറഞ്ഞത്. അധികം അകലെ അല്ലാത്ത തിരക്കൊഴിഞ്ഞ ഒരു ടൂറിസ്റ്റ് പ്ലേസ്. അത്രയേ കനേറി ഗുഹകളെപ്പറ്റി അന്നറിയുള്ളൂ. ഞങ്ങളുടെ ഒന്നാം വിവാഹവാർഷികമായിരുന്നു. കൂട്ട് വരാമെന്ന് ഗോപിയും മായയും ഏറ്റു. ഗോപി ബി.എ.ആർ.സിയിൽ (ബാബ അറ്റോമിക് റിസർച്ച് സെന്റർ) ആണ് ജോലി ചെയ്തിരുന്നത്. ടൂറിസ്റ്റ് കേന്ദ്രങ്ങൾ അധികം നഗരത്തിന്റെ തിരക്കുള്ള തെക്കുഭാഗത്താണ്. തിരക്കും ബഹളവും എല്ലാം അവിടെതന്നെ.

ഗേറ്റ്വേയും ചൗപ്പാത്തിതും എലിഫെന്റാ കേവ്സും, മലബാർ ഹില്ലും പലവട്ടം കണ്ടിട്ടുള്ള ബോംബെക്കാരന് ഒരു ചേഞ്ച് വേണമെങ്കിൽ മഹാബലേശ്വറൊ, ലോണാവാലയോ പോകണം. മുമ്പ് കൂട്ടുകാരുമൊരുമിച്ച് ലോണാവാലാ പോയപ്പോൾ അടുത്തുള്ള കാർള കേവ്സ് കാണാൻ സാധിച്ചിരുന്നു. പ്രശാന്തും വിനയനും രാജേന്ദ്രനും നാരായണനുമായി വാടകയ്ക്ക് എടുത്ത സൈക്കിളിലാണ് കുറച്ചകലെയുള്ള ആ ഗുഹകൾ തേടി അന്ന് പോയത്. ലോണാവാലയിലെ തണുപ്പ് ആസ്വദിക്കണമെങ്കിൽ ഒരു ദിവസം താമസിക്കണം. അപ്പോൾ കണക്കിൽ രണ്ടു ദിവസത്തെ ലീവ് വേണം. അങ്ങനെയാണ് കനേറി കേവ്സ് ഉറപ്പിക്കാൻ തീരുമാനിച്ചത്.

കനേറി കേവ്സ് ബോറിവിലി അടുത്താണ്. വെസ്റ്റേൺ റെയിൽവേയിൽ അധികം ലോക്കൽ ട്രെയിനുകൾ ഉള്ളത് അന്ന് ബോറിവിലി വരെയാണ്. നിമിഷങ്ങൾ ഇടവിട്ട് ബോറിവിലിയിൽ നിന്നും ചർച്ച് ഗേറ്റിലേക്ക് ലോക്കൽ ട്രെയിൻസ് പാഞ്ഞുകൊണ്ടേയിരിക്കും. രാവിലെ ചർച്ച് ഗേറ്റിലേക്കും വൈകീട്ട് ബോറിവിലിയിലേക്കും ആണ് തിരക്ക്.

വാഷിയിൽ നിന്നും ബസ് കയറി മാൻഖുർദ്. പിന്നെ ഹാർബർ ലൈൻ ട്രെയിനിൽ വഡാല. അവിടെ നിന്നും ബാന്ദ്ര-അന്ധേരി വഴി

ബോറിവിലി. എളുപ്പം ബോറിവിലിയിൽ എത്താൻ ഇതാണ് റൂട്ട്. പിന്നെ ഓട്ടോയിൽ സഞ്ജയ്ഗാന്ധി നാഷണൽ പാർക്ക്. അടച്ച ജീപ്പിൽ തുറന്നിട്ട സിംഹങ്ങളെ കാണാൻ മുമ്പെന്നോ ഇവിടെ വന്നിട്ടുണ്ട്. പക്ഷേ ഇന്ന് ലക്ഷ്യം ലയൺ സഫാരി പാർക്ക് അല്ല കനേറി കേവ്സ് ആണ്.

ചരിത്രം തേടിയുള്ള ഒരു യാത്രയ്ക്ക് ഏറ്റവും അനുയോജ്യമായ കുതിരവണ്ടി തന്നെ സവാരിക്ക് കിട്ടി. ഇവിടെ നിന്നും ഏതാണ്ട് ഏഴു കിലോമീറ്റർ അകലെയാണ് കനേറി കേവ്സ്. ഗോപിയും മായയും അവരുടെ മകൻ ദീപുവും പിന്നെ ഷീനയും ഞാനും കയറിയ കുതിര വണ്ടി നൂറ്റാണ്ടുകൾ പിറകിലേക്ക് ഞങ്ങളെ കൊണ്ടുപോയി. നൂറ്റാണ്ടുകൾക്ക് മുമ്പ് സാൽസെറ്റ് ദ്വീപിന്റെ ഭാഗമായിരുന്ന ഒരു ഭൂപ്രദേശം. അറുപത്തി ആറു ഗ്രാമങ്ങൾ ഉണ്ടായിരുന്നതു കൊണ്ടാണത്രേ മറാഠിയിലെ ഷഷ്ഠി എന്ന വാക്ക് പിന്നീട് സാൽസെറ്റ് എന്ന വാക്കായി പരിണമിച്ച് ഈ പ്രദേശത്തിന്റെ പേരായി മാറിയത്. താനെയിൽ നിന്നും ബാന്ദ്രവരെ വ്യാപിച്ചു കിടക്കുന്ന ഒരു വലിയ ഭൂപ്രദേശം. വസായ് ക്രീക്കും ഉല്ലാസ് നദിയും അതിരുകളായ ഒരു ഭൂപ്രദേശം. ഇന്ന് ഗ്രെയ്റ്റർ ബോംബെയുടെ ഭാഗമായ പ്രദേശങ്ങൾ.

അശോകന്റെ വിസ്തൃതമായ (ഇന്നത്തെ ഇന്ത്യയുടെ ഒന്നര ഇരട്ടി വിസ്തൃതി) മൗര്യസാമ്രാജ്യത്തിന്റെ ഭാഗമായിരുന്നു ഈ പ്രദേശം. ബുദ്ധമതത്തിന്റെ സ്വാധീനത്തിൽ കനേറി ഗുഹകൾ ഉണ്ടാവുന്നത് അതിനു ശേഷമാണ്. പിന്നീട് ഗുജറാത്ത് സുൽത്താനെറ്റിന്റേയും മറാഠ രാജവംശത്തിന്റെയും ഭാഗമായിരുന്ന ഈ പ്രദേശം ഒരു നൂറ്റമ്പതു വർഷങ്ങളോളം പോർച്ചുഗീസുകാരും ഭരിച്ചിരുന്നു. പോർച്ചുഗീസുകാർ പണികഴിപ്പിച്ച ക്രിസ്ത്യൻ ദേവാലയങ്ങൾ ഈ പ്രദേശങ്ങളിൽ ഉണ്ട്. പോർച്ചുഗീസ് സ്വാധീനത്തിൽ മതപരിവർത്തനം നടത്തിയ ആളുകളുടെ പിൻമുറക്കാരെ ഈസ്റ്റ് ഇന്ത്യൻസ് എന്നാണ് വിളിക്കുന്നത്. ബോംബയിൽ ഇന്നും പോർച്ചുഗീസുകാരുടെ കാലത്തു പണിത ചില ദേവാലയങ്ങൾ ഉണ്ട്.

സാൽസെറ്റ് ദ്വീപുകളിലെ ചെറുകാടുകളിൽ ഉള്ള കുന്നുകളിൽ പരന്നു കിടക്കുന്ന ഗുഹകൾ. ഇത്തരം നൂറിലധികം ഗുഹകൾ ഇവിടെ കാനറി ഗുഹ സമുച്ചയത്തിൽ ഉണ്ടത്രേ. ബുദ്ധഭിക്ഷുക്കളുടെ പോയ കാലത്തെ ഒരു സർവകലാശാല. ഈ ഭൂപ്രദേശം പഴയ ഒരു കാലത്തിന്റെ അവശിഷ്ടങ്ങളായി ഇന്നും നിലനിൽക്കുന്നു. മഹാനഗരത്തിനുള്ളിൽ ഇത്തരം ഒരു അവശേഷിപ്പുകൾ ഉള്ളതായി പലർക്കും അറിയില്ല.

ഭാരതചരിത്രത്തിലെ ഏറ്റവും വിസ്തൃതമായ അശോകസാമ്രാജ്യത്തിന്റെ പടിഞ്ഞാറു ഭാഗത്തുള്ള സോപാര (ഇന്നത്തെ നല്ല സോപാര) തുറമുഖത്തിനടുത്തുള്ള കാടുകളിലെ കുന്നുകളിലാണ് കാനറി കേവ്സ്

പണികഴിപ്പിച്ചത്. ഗുഹകളിൽ അധികം കൊത്തുപണികൾ ഇല്ല. ഒന്നോ രണ്ടോ പേർക്ക് കിടന്നുറങ്ങാൻ സൗകര്യമുള്ള ഗുഹകളാണ് അധികം. പിന്നെ ചില വലിയ ഹാളുകളും. കൃഷ്ണഗിരിയാണ് (കറുത്ത പർവ്വതം) പിന്നീട് കനറി ആയത്. ഒരു വലിയ കലാലയം. അതിലെ കൊച്ചുമുറികൾ. ബുദ്ധവിഹാരങ്ങൾ. മലകളും പാറക്കൂട്ടങ്ങളും തുരന്നുണ്ടാക്കുന്ന ഇത്തരം പഠനകേന്ദ്രങ്ങൾ ഇന്നും അത്ഭുതം തന്നെ. ഇന്ത്യൻ ചരിത്രം പഠിക്കുന്നവർക്ക് ഇത്തരം ഇടങ്ങൾ പഴമയുടെ നേർക്കാഴ്ചകളാണ്.

നഗരത്തിന്റെ തിരക്കിൽ നിന്നും ഒഴിഞ്ഞ ഒരു സ്ഥലം. ഒരു പകൽ അവിടെ ചെലവഴിച്ചു ഞങ്ങൾ വൈകീട്ട് വാഷിയിലേക്ക് തിരിച്ചു. ഒരു ദിവസത്തിനുള്ളിൽ പോയി വരാനുള്ള സൗകര്യം. കാനറിഗുഹകളിലേക്ക് യാത്ര തിരിച്ചപ്പോൾ അത്രയേ ഓർത്തുള്ളൂ. ഇന്ന് തിരിഞ്ഞു നോക്കുമ്പോൾ അത് ബോംബെയുടെ മറ്റൊരു മുഖം തേടിയുള്ള യാത്രയായി തോന്നുന്നു.

മാഞ്ഞുപോകാത്ത ചില പടങ്ങൾ ഓർമ്മചിത്രങ്ങളായി.

മൺസൂൺ കാലം

ബോംബെ കഫേ പരേഡിൽ മേക്കർ ടവറിലെ പതിനെട്ടാം നിലയിൽ ലാക്മെ കമ്പനിയുടെ ഫിനാസ് മാനേജർ ശ്രീ ഹർഷ ഫെനെയെ കാണാൻ വന്നതാണ് ഞാൻ. അഞ്ചു വർഷം ലാക്മെയുടെ ദേവനാർ ഫാക്ടറിയിൽ അക്കൗണ്ട്സ് ഡിപ്പാർട്ട്മെന്റിൽ ആയിരുന്നു ഞാൻ. ഈയിടെ പുതിയ ഉത്തരവാദിത്വങ്ങളുമായി ആർമി ആൻഡ് നേവി ബിൽഡിങ്ങിലുള്ള ബോംബെ ബ്രാഞ്ചിലാണ് പുതിയ ഓഫീസ്. ഫ്ളോറ ഫൗണ്ടൻ (ഇന്ന് ഹുതാത്മാ ചൗക്ക്) കഴിഞ്ഞു ജഹാംഗീർ ആർട്ട് ഗാല റിക്ക് എതിർവശത്താണ് ആർമി ആൻഡ് നേവി ബിൽഡിംഗ്. നഗര ത്തിന്റെ തിരക്കേറിയ ഒരു സ്ഥലം. ഇവിടെയുള്ള സമോവർ റെസ്റ്റോ റന്റ് ചില ഹിന്ദി സിനിമകളിൽ കാണാം.

കമ്പനിയുടെ മാർക്കറ്റിംഗ് അക്കൗണ്ടിംഗ് ഹെഡ് ഓഫീസുകൾ മേക്കർ ടവറിൽ ആണ്. ഇന്ന് പല കോർപ്പറേറ്റ് സ്ഥാപനങ്ങളിലെയും ഉന്നതസ്ഥാനത്തിരിക്കുന്ന പലരും അന്ന് അവിടെ ജോലി ചെയ്തി രുന്നു. ചിലരെല്ലാം മാനേജ്മെന്റ് ട്രെയിനികൾ ആയി കന്നി ജോലിക്കു തുടക്കം കുറിച്ചവർ. ലാക്മെ, ഇന്ത്യൻ കോസ്മെറ്റിക് കമ്പനികളിൽ പ്രഥമ സ്ഥാനത്തായിരുന്നു. മറ്റു ടാറ്റാ കമ്പനികളെപോലെ ലാക്മെ യുടെ കോർപ്പറേറ്റ് ഓഫീസും ബോംബെ ഹൗസിൽ തന്നെ. സ്റ്റേറ്റ് ബാങ്ക് ഉൾപ്പെടെ പല കമ്പനികളുടെയും ആസ്ഥാനങ്ങൾ അതിനടു ത്തുള്ള ഹോർണിമാൻ സർക്കിളിനു ചുറ്റുമായി ഉണ്ട്. പഴയ പ്രതാപവും പ്രൗഢിയും ഉള്ള കെട്ടിടങ്ങൾ.

കമ്പനി എം.ഡി. മിസ്സിസ് സിമോൺ ടാറ്റയുടെ ഓഫീസ് ബോംബെ ഹൗസിൽ ആണ്. ഇന്ത്യ ഭാരതരത്ന നൽകി ആദരിച്ച ജംഷാഡ്ജി ടാറ്റ യുടെ ദേശസ്നേഹത്തിന്റെ കൈയൊപ്പ് പതിഞ്ഞ കമ്പനി ആയിരുന്നു ലാക്മെ. വിദേശനാണ്യങ്ങൾ ചെലവ് ചെയ്തു വിദേശനിർമ്മിത സൗന്ദര്യ വസ്തുക്കൾ വാങ്ങുന്നത് കുറയ്ക്കാൻ ഉന്നത നിലവാരമുള്ള ഇന്ത്യൻ നിർമ്മിത സൗന്ദര്യവസ്തുക്കൾ നിർമ്മിക്കാൻ പ്രധാനമന്ത്രി നെഹ്റു, ജംഷെഡ്ജി ടാറ്റയോട് അഭ്യർത്ഥിച്ചു. ഇന്ത്യയ്ക്ക് സ്വാതന്ത്ര്യം കിട്ടിയ

ആദ്യ വർഷങ്ങളിൽ ഒട്ടനവധി വികസന പ്രവർത്തനങ്ങൾക്കു വിദേശ നാണയങ്ങൾ ആവശ്യമായിരുന്നു. അത് ബോധ്യപ്പെട്ട ടാറ്റ തുടങ്ങിയ കമ്പനി ആയിരുന്നു ലാക്മെ. ലക്ഷ്മിദേവിയുടെ ഫ്രഞ്ച് നാമം ആയ ലാക്മെ എന്ന പേരിൽ ഒരു ഫ്രഞ്ച് ഓപെറേയും ഉണ്ടായിരുന്നു. ഇന്ത്യൻ സ്ത്രീകളുടെ ഇഷ്ട കോസ്മെറ്റിക്സ് ബ്രാൻഡ് ആയി ലാക്മെ മാറി.

ഫെനെ എന്നെ വിളിപ്പിച്ചതിന്റെ ഉദ്ദേശ്യം വ്യക്തമാക്കി. സമർത്ഥനായ ഒരു ചാർട്ടേഡ് അക്കൗണ്ടന്റ് ആയിരുന്നു ഫെനെ. കഴിഞ്ഞ മഴയിൽ, കുർളയിൽ ഉള്ള സി ആൻഡ് എഫ് ഏജന്റിന്റെ ഗോഡൗണിൽ വെള്ളം കയറിയിട്ടുണ്ട്. കുറേ നഷ്ടം സംഭവിച്ചിട്ടുണ്ട്. എന്ത് ചെയ്യണമെന്ന് ആലോചിച്ചു പറയാം. ഇൻഷുറൻസ് കമ്പനി നഷ്ടം വിലയിരുത്തുന്നു. പൊതുവെ ഇൻഷുറൻസ് കമ്പനികൾ പലതും ക്ലെയിം തരുമ്പോൾ കുറെ ഏറെ ചോദ്യങ്ങൾ ചോദിക്കും. എന്തെങ്കിലും തടസ്സങ്ങൾ ഉന്നയിക്കും. ലാക്മെയുടെ ഒരു ഡിവിഷനായ ടാറ്റാ ഫാർമയ്ക്കും ഗോഡൗണിൽ വെള്ളം കയറി വൻ നഷ്ടം സംഭവിച്ചിട്ടുണ്ട്.

മഹാരാഷ്ട്ര അടക്കം നാല് ഇന്ത്യൻ സംസ്ഥാനങ്ങളിലെ വില്പനകളെ ഏകോപിപ്പിക്കുന്ന ഓഫീസ് ആയിരുന്നു ഞങ്ങളുടെ ബോംബെ ബ്രാഞ്ച്. ഓരോ സംസ്ഥാനങ്ങളിലും ഉള്ള വിതരണത്തെ സഹായിക്കാൻ ഞങ്ങൾ അധികാരപ്പെടുത്തിയ ഫോർവേഡിങ് ഏജന്റസും ഉണ്ട്. പലപ്പോഴും മൺസൂൺ മഴകൾ നഗരത്തെ നിശ്ചലമാക്കാറുണ്ട്. ചില ദിവസങ്ങളിൽ നഗരത്തിന്റെ നാഡികളും ഞരമ്പുകളും ആയ റെയിൽവേ ഓട്ടം നിർത്തും. ട്രാക്കുകളിൽ വെള്ളം കയറും. പല റോഡുകളിലും കോളനികളിലും വെള്ളം നിറയും. ചില റോഡുകളിൽ വീണു കിടക്കുന്ന മരങ്ങൾ ഗതാഗത തടസ്സങ്ങൾ ഉണ്ടാക്കും. ബസ്സോട്ടം നിലയ്ക്കും. ജോലി സ്ഥലങ്ങളിൽ കുടുങ്ങിയ പലരും ഈ വെള്ളവും താണ്ടി വീട്ടിലെത്താൻ കുറെ ബുദ്ധിമുട്ടും. അഴുക്കുചാലുകൾ കരകവിയും. ചിലപ്പോൾ ഒന്നോ രണ്ടോ ദിവസങ്ങൾ അവധി ആവും. വെള്ളം ഇറങ്ങുമ്പോൾ വീണ്ടും എല്ലാം പഴയ പടി. എത്ര വേഗതയിലാണ് നഗരം പഴയ പോലെ ആകുന്നത്. ലഹളയായാലും വെള്ളപ്പൊക്കം ആയാലും ഇലാസ്റ്റിക് പോലെ നഗരം വീണ്ടും പൂർവസ്ഥിതിയിൽ എത്തും.

ഒരിക്കൽ കൂടി ഹെഡ് ഓഫീസിൽ പോയി. ഇത്തവണ നിർദ്ദേശങ്ങൾക്ക് വ്യക്തത വന്നു. ഒരു ഉത്തരവാദിത്വം എന്നെ ഏൽപ്പിക്കാൻ ആയിരുന്നു ഈ മീറ്റിംഗ്. വെള്ളം കയറിയ ഗോഡൗണിലെ എന്തെങ്കിലും ഉപയോഗിക്കാൻ പറ്റുമോ എന്ന ഇൻഷുറൻസ് കമ്പനിയുടെ അഭിപ്രായത്തോട് കമ്പനി എതിർപ്പു പറഞ്ഞിരുന്നു. സെക്കൻഡ്സ് ഗുഡ്സ് ആയി പകുതി വിലയ്ക്ക് കൊടുത്തുകൂടെ എന്നാവും അവർ ചിന്തിച്ചത്. ഫുഡ്സ് ആൻഡ് ഡ്രഗ്സ് അതോറിറ്റിയുടെ എതിർപ്പ് കാരണം ഇൻഷുറൻസ് കമ്പനിക്ക് വഴങ്ങേണ്ടി വന്നു. ഗുണമേന്മ

281

നിലനിർത്താനുള്ള കമ്പനിയുടെ പ്രതിബദ്ധത വ്യക്തമാക്കിയ ഒരു സംഭവം.

ഗോഡൗണിൽ ഉള്ള ലക്ഷങ്ങൾ വിലമതിക്കുന്ന ഉൽപന്നങ്ങൾ നശിപ്പിച്ചു കളയണം. ഒന്നുപോലും പുറത്തു പോകരുത്. ഇതായിരുന്നു എനിക്ക് തന്ന ചുമതല. ഫോർവേർഡിങ് ഏജന്റ് കൊട്ടേജാ ആയിരുന്നു ഞങ്ങളുടെ സി ആൻഡ് എഫ് ഏജന്റ്. കുർളയിൽ ഉള്ള അവരുടെ ഗോഡൗണിൽ ആണ് വെള്ളം കയറിയത്. അവിടെ പരന്നു കിടക്കുന്ന കാർട്ടണുകൾ അൽപ്പം ഒന്ന് ഭയപ്പെടുത്തി. ലക്ഷക്കണക്കിന് രൂപ വില വരുന്ന ഈ സൗന്ദര്യവർദ്ധന വസ്തുക്കളെയാണ് ഇല്ലായ്മ ചെയ്യേണ്ടത്. എന്റെ ഒരു സഹായത്തിന് ബോംബെ ഏരിയ സെയിൽസ് മാനേജർ ദിലീപ് ദാത്തെയെ കൂടെ കൂട്ടിയിരുന്നു. ഗോഡൗണിൽ വെള്ളം ഇറങ്ങിപ്പോയിരുന്നു. വെള്ളം കയറി ഇറങ്ങിയ പാടുകൾ കാർഡ്ബോർഡ് ബോക്സുകളിൽ അവശേഷിക്കുന്നുണ്ട്. ദാത്തെ പോയി കുറച്ചു പണിക്കാരെ സംഘടിപ്പിച്ചു വന്നു.

ഇനി കുറച്ചു ദിവസം സംഹാരത്തിന്റെ ദിവസങ്ങളായിരിക്കും. കാർട്ടണുകൾ തുറക്കുമ്പോൾ ഷാമ്പൂ ബോട്ടിലിനു പുറത്ത് അല്പം പോലും കേടുപാടുകൾ പറ്റിയിട്ടില്ല. എങ്കിലും മഴ കുളിപ്പിച്ചില്ലെന്ന് ഉറപ്പു പറയാനും പറ്റില്ല. എന്തെങ്കിലും പാർശ്വഫലങ്ങൾ ഉണ്ടായാൽ കമ്പനിയുടെ റെപ്യൂട്ടേഷനെ ആണ് ബാധിക്കുക. അതുകൊണ്ട് ഒരു ദയയും കാട്ടേണ്ട. ഞാൻ പണിക്കാരോട് പറഞ്ഞു. വെട്ടൊന്ന് മുറി രണ്ട്. എന്നിട്ട് അതിലെ ദ്രാവകം ഒരു ഡ്രമ്മിൽ ശേഖരിച്ചു നിറയുമ്പോൾ ഓടയിൽ ഒഴിക്കുക. ദുർഗന്ധം ഉള്ള ഓടകളിൽ ഇനി കുറച്ചു ദിവസങ്ങൾ സുഗന്ധം ആഘോഷിക്കാം.

മഴകൾ ഇത്തരത്തിലുള്ള എത്ര കുസൃതികൾ കാട്ടുന്നുണ്ടാകും? ശരിക്കും എല്ലാറ്റിനും മഴയെ പഴി ചാരണോ? ചുരുങ്ങിയത് ബോംബെയുടെ കാര്യത്തിൽ ഏറെ പങ്ക് മനുഷ്യന്റെ അല്ലേ?

ഇംഗ്ലണ്ടിലെ ചാൾസ് (രണ്ടാമൻ) രാജകുമാരന് കാതറീൻ എന്ന പോർച്ചുഗീസ് രാജകുമാരിയെ വിവാഹം കഴിച്ചപ്പോൾ സ്ത്രീധനമായി കിട്ടിയ ഏഴു ദ്വീപുകൾ ആയിരുന്നു ഈ ഭൂപ്രദേശം. ഗ്രീക്കുകാർ ഹെപ്റ്റാൻഷ്യ (ഏഴു ദ്വീപുകൾ) എന്ന് വിളിച്ചിരുന്ന ഈ ദ്വീപുകളെ പോർച്ചുഗീസുകാർ ബോംബഹിയ (നല്ല തീരം) എന്ന് വിളിച്ചത്രേ. ബ്രിട്ടീഷുകാർ വിളിക്കാൻ സൗകര്യത്തിന് അത് ബോംബെ ആക്കി. (ഈ കാതറീൻ രാജകുമാരിയാണ് കൊട്ടാരത്തിൽ ആദ്യമായി തേയിലയെ പരിചയപ്പെടുത്തിയതും).

രാജകുമാരൻ കിട്ടുന്ന പൈസ കിട്ടട്ടെ എന്ന് കരുതിക്കാണും. പത്തു പൗണ്ട് വാർഷിക വാടകയ്ക്ക് ഇംഗ്ലീഷ് ഈസ്റ്റ് ഇന്ത്യാ കമ്പനിക്ക് ഈ

ഏഴു ദ്വീപുകളെ വാടകയ്ക്ക് കൊടുത്തു. അന്യോന്യം ബന്ധപ്പെടാതെ കിടക്കുന്ന ഏഴു ദ്വീപുകൾ. ഇടയ്ക്ക് വേലിയേറ്റം ഉണ്ടാവുന്ന സമയത്ത് അടിഞ്ഞു കയറുന്ന കടൽജീവികൾ മലേറിയ തുടങ്ങി പല അസുഖങ്ങൾക്കും കാരണമായി. പല ഇംഗ്ലീഷുകാരുടെയും ജീവൻ അപഹരിച്ചു. അപ്പോഴാണ് ദ്വീപുകളെ യോജിപ്പിക്കാൻ ഉള്ള ചിന്ത ഉണ്ടാവുന്നത്. കൂടുതൽ സ്ഥലം കൂടുതൽ വാണിജ്യ അവസരങ്ങൾക്ക് വഴി തുറക്കുമല്ലോ? അങ്ങനെ മണ്ണും മറ്റു വസ്തുക്കളും നിറച്ചാണ് നഗരം ഉണ്ടാക്കിയത്. കൊളാബ, പരേൽ, വർളി, മസഗോൺ, മാഹീം, ലിറ്റിൽ കോളോബ, ബോംബെ എന്ന സപ്തദ്വീപുകൾ കൂട്ടി യോജിപ്പിച്ചപ്പോൾ ഇന്നത്തെ ബോംബെ ഉണ്ടായി. ഹാജി അലിയിലൂടെ ബസ്സിൽ പോകുമ്പോൾ ആണ് വേലിയേറ്റവും വേലിയിറക്കവും കാണാൻ പറ്റുക. രാവിലെ പോകുമ്പോൾ അൽപ്പം പോലും വെള്ളം ഇല്ലാത്ത വഴി വൈകുന്നേരം വെള്ളം വന്നു മൂടിക്കാണും. ഏറെ കൗതുകം തോന്നുന്ന ഒരു കാഴ്ച.

കടൽ തൂർത്തു നരിമാൻ പോയിന്റും ബല്ലാർഡ് എസ്റ്റേറ്റും ബാക്ബേ റിക്ലമേഷനും മറ്റും ഉണ്ടാക്കിയിട്ട് അധികം വർഷങ്ങൾ ആയില്ല. ഉപ്പ് പാടങ്ങൾ നികത്തിയും കണ്ടൽക്കാടുകളുടെ സ്ഥലം കവർന്നും കെട്ടിട സമുച്ചയങ്ങൾ പണിതുകൂട്ടിയല്ലോ. പിന്നെ വെള്ളം കയറാതിരിക്കില്ലല്ലോ?

ഇതിനകം കുറച്ചു ദിവസങ്ങൾ പിന്നിട്ടിരുന്നു. മുറിച്ച പ്ലാസ്റ്റിക് ബോട്ടിലുകൾ കൂമ്പാരമായി കിടക്കുന്നു. കൃത്യമായി ഓഫീസിൽ പോകുന്നതിന് പകരം ഞാൻ എന്നും ഗോഡൗണിൽ എത്തും. ഒപ്പം പണിക്കാരും. ഇനം തിരിച്ചു ഓരോന്നായി തല്ലിപ്പൊട്ടിക്കലുകൾ അവർ തുടർന്നു. അടുത്തത് ടാൽക്കം പൗഡർ ടിന്നുകൾ, ഫേസ് പൗഡർ, ലിപ്സ്റ്റിക്, നെയിൽ പോളിഷുകൾ. ഓടയിലെ വെള്ളത്തിന് ഇപ്പോൾ സപ്തവർണ്ണങ്ങൾ. ഒരു രണ്ടു ആഴ്ചയോളം ഇത് തുടർന്നു. കാർഡ് ബോർഡ് പെട്ടികൾ അങ്ങനെ കുന്ന് കൂടി. പണി കഴിഞ്ഞ് ആർമി ആൻഡ് നേവി ബിൽഡിങ്ങിലുള്ള ഓഫീസിൽ വീണ്ടും പോയി തുടങ്ങിയപ്പോൾ എന്തൊരു ആശ്വാസം.

സമ്മാനപ്പൊതി

നഗരത്തിൽ നിന്നും കുറച്ചു മാറി വിശാലമായി പരന്ന് കിടക്കുന്ന ഒരു സർക്കാർ കോളനി. വീതി കൂടിയ റോഡുകൾ. ചെറിയ കയറ്റങ്ങളും ഇറക്കങ്ങളും ഉള്ള ഉൾവഴികൾ. വലിയ മരങ്ങൾ. പച്ചപ്പുകൾ. പിന്നെ ഇടയ്ക്ക് ചില കെട്ടിടങ്ങൾ. ചിലതെല്ലാം ബഹുനില കെട്ടിടങ്ങൾ. കളിസ്ഥലങ്ങൾ, സ്കൂൾ. ഒരു ടൂറിസ്റ്റ് ഗൈഡിന്റെ ഭാഷയിൽ പറഞ്ഞാൽ ശ്രേയാ ഘോഷാൽ പഠിച്ച സ്കൂൾ. നിങ്ങളെ ബോംബയിൽ നിന്നും അകലേക്കൊന്നും കൊണ്ടുപോയിട്ടില്ല. ഇത് ഏറ്റവും അധികം ശാസ്ത്രജ്ഞന്മാർ ഒരുമിച്ചു താമസിക്കുന്ന ഇടങ്ങളിൽ ഒന്നാണ്. അണുശക്തി നഗർ. പേരിൽ ഒരു ചന്തം ഒക്കെയുണ്ട്.

സാധാരണ സർക്കാർ കോളനികളിൽ ബിൽഡിങ്ങുകൾ അറിയുന്നത് അതിന്റെ നമ്പറുകളിൽ ആണ്. കലീനയിലെ എയർ ഇന്ത്യ കോളനിയിലും കിംഗ് സർക്കിളിലെ സർക്കാർ കോളണിയിലും വാഷിയിലെ സിഡ്കോ കെട്ടിടങ്ങളിലും താമസിക്കുമ്പോൾ അവയെ അടയാളപ്പെടുത്തുന്നത്. നമ്പറുകളിൽ ആണ്. സെക്ടറുകളും ബിൽഡിങ്ങുകളും എല്ലാം ഓരോ സംഖ്യകളിലും അക്ഷരങ്ങളിലും അറിയപ്പെടുന്നു. എല്ലാ ക്വാർട്ടേഴ്സുകളുടെയും പൊതുസ്വഭാവം അങ്ങനെയാണ്. അവിടെയാണ് അണുശക്തി നഗറിലെ കെട്ടിടങ്ങൾ മാറി നിൽക്കുന്നത്. എല്ലാറ്റിനും സ്വന്തമായ ഒരു പേരുണ്ട്. ചരിത്രസ്ഥലങ്ങളുടെ പേരിലും നദികളുടെയും പർവ്വതങ്ങളുടെയും പേരിലും കെട്ടിടങ്ങൾ അറിയപ്പെടുമ്പോൾ അത് സംഖ്യകളിൽ ഒതുങ്ങാത്ത എന്തോ ആവുന്നു. പാടലീപുത്രയും ഇന്ദ്രപ്രസ്ഥയും മാനസസരോവറും കൈലാസവും നളന്ദയും സഹ്യാദ്രിയും അളകനന്ദയും ഗോദാവരിയും കാവേരിയും പേരുകൾ ആയി കിട്ടിയ കെട്ടിടങ്ങൾ തീർച്ചയായും സന്തോഷിക്കുന്നുണ്ടാകണം.

അടുത്ത സുഹൃത്ത് നരേന്ദ്രന്റെയും ഗിരിജയുടെയും അനിയത്തിയുടെ കല്യാണത്തിന് പങ്കെടുക്കാൻ ഒരു ക്ഷണക്കത്ത് കിട്ടി. കല്ല്യാണം അണുശക്തിനഗറിലെ കമ്മ്യൂണിറ്റി ഹാളിൽ വെച്ചാണ്. അണുശക്തി നഗർ കോളനിക്കടുത്തുള്ള ബസ് സ്റ്റാൻഡ് (ബി.ഇ.എസ്.ടി) വഴിയായിരുന്നു ഓഫീസിലേക്കുള്ള യാത്ര. ഇവിടെ വന്ന് വേറെ ബസ്സ് പിടിച്ചു

ടാറ്റ സ്കൂൾ ഓഫ് സോഷ്യൽ സയൻസിന്റെ സ്റ്റോപ്പിൽ ഇറങ്ങണം. അവിടെനിന്നും കുറച്ചു നടന്നാൽ ഞാൻ ജോലി ചെയ്തിരുന്ന ലാക്മെ ഫാക്ടറി ആയി. ന്യൂബോംബയിൽ നിന്നും സിറ്റിയിൽ പോകേണ്ടവർ ഇവിടെ വന്ന് ബസ്സ് മാറിക്കയറുന്നു. സയോണിലേക്കും ഹുതാത്മാ ചൗക്കിലേക്കും ഇവിടെനിന്നും ബസ്സുകൾ ഉണ്ട്. വാഷിയിലേക്കും നെരൂളിലേക്കും സിബിഡി ബേലാപ്പൂരിലേക്കും ഉള്ള സിറ്റി ബസ്സ്കൾ ഇവിടെ നിന്നും പുറപ്പെടുന്നു.

ബി എ ആർ സിയിലെ ജോലിക്കാരിൽ സീനിയർ ആയ പലരും താമസിക്കുന്ന ക്വാർട്ടേഴ്സുകൾ ആണ് ഇവിടം. പുതിയതായി തിര ഞ്ഞെടുത്തവരുടെ ഹോസ്റ്റലും ഇവിടെതന്നെ. ന്യൂബോംബെയിലും ചെമ്പൂരിലും ഘാട്കോപ്പറിലും ഒക്കെ താമസിക്കുന്നുവരും ഉണ്ട്. വാഷിയിൽ ബി.എ.ആർ.സിയിൽ ജോലി ചെയ്തിരുന്ന ഏറെ സുഹൃത്തു ക്കൾ ഉണ്ടായിരുന്നു. ഗോപിയും സുരേഷും ധന്യയും വാസനും അതിൽ ചില പേരുകൾ മാത്രം. അവരെയെല്ലാം ഓഫീസിൽ എത്തിക്കാൻ ചാരനിറത്തിലുള്ള ബസ്സുകൾ ഓരോ ഷിഫ്റ്റിലും നിരനിരയായി പുറ ത്തേക്കും അകത്തേക്കും പോയിക്കൊണ്ടിരിക്കും. കോളണിയിലൂടെ കുറച്ച് ഉള്ളിലൂടെ യാത്ര ചെയ്താൽ അവരുടെ ജോലിസ്ഥലത്തു എത്താം. അവിടേക്ക് പോകാൻ അനുമതി ഇല്ലാത്തതുകൊണ്ട് അക ത്തേക്ക് പോകാൻ പറ്റിയിട്ടില്ല.

യൂ.ഡി.സി.ടിയിൽ ജോലി ചെയ്യുമ്പോൾ ഷീന ഏതോ സെമിനാറിൽ പങ്കെടുക്കാൻ ബി.എ.ആർ.സിയിൽ ഉള്ളിൽ പോയിട്ടുണ്ട്. ഇവിടെ നിൽക്കുമ്പോൾ ഇന്ത്യൻ ന്യൂക്ലിയർ ശാസ്ത്രത്തിന്റെ പിതാവായ ഹോമി ബാബയെ ഓർക്കാതെ എങ്ങനെ കടന്നുപോകും? ഇന്ത്യൻ ശാസ്ത്ര ചരിത്രം രേഖപ്പെടുത്തുമ്പോൾ തങ്കലിപികളിൽ എഴുതപ്പെടേണ്ട ഒരു പ്രതിഭ. ഇന്ത്യയിൽ അണുപരീക്ഷണങ്ങൾക്ക് തുടക്കം കുറിച്ചത് ഹോമി ബാബയുടെ നേതൃത്വത്തിൽ ആണ്. ജവഹർലാൽ നെഹ്രുവിന്റെയും ലാൽ ബഹദൂർ ശാസ്ത്രിയുടെയും ശാസ്ത്ര ഉപദേഷ്ടാവായി ഇന്ത്യയെ ശാസ്ത്രപുരോഗതിയിലേക്ക് ആനയിച്ചത് ഹോമിബാബയുടെ കാലത്താണ്. അദ്ദേഹത്തിന്റേത് ഒരു അപകടമരണമായിരുന്നു. എയർ ഇന്ത്യയുടെ വിമാനം തകർന്ന് ഹോമിബാബ മരണപ്പെട്ടത് യൂറോപ്പിലെ മൗണ്ട് ബ്ലാങ്ക് മലയിടുക്കുകളിൽ ആയിരുന്നു. അദ്ദേഹത്തിന്റെ പേരിലാണ് ബാബ അറ്റോമിക് റിസർച്ച് സെന്റർ അറിയപ്പെടുന്നത്.

അണുശക്തിനഗറിന് ഉള്ളിലൂടെയാണ് ബി.എ.ആർ.സിയിലേക്ക് പോകുക. എന്റെ കൂട്ട് പഠിത്തക്കാരൻ വേണു താമസിച്ചിരുന്നത് ഈ ക്വാർട്ടേഴ്സിൽ ആണ്. പിന്നെ ബി.എ.ആർ.സി ഓഫീസേഴ്സ് നടത്തി യിരുന്ന ഒരു കമ്പ്യൂട്ടർ കോഴ്സ് പഠിക്കാൻ ഇവിടെ വരാറുണ്ട്. എന്റെ കമ്പ്യൂട്ടർ പരിശീലനം ആദ്യം തുടങ്ങിയത് ഇവിടെ നിന്നായിരുന്നു.

അന്ന് ഞാൻ ഇവിടെ ഒരു നിത്യസന്ദർശകനായിരുന്നു. കല്യാണത്തിൽ പങ്കെടുക്കാൻ ഞാൻ അണുശക്തിനഗറിൽ ബസ് ഇറങ്ങി ഓട്ടോ പിടിച്ചു കമ്മ്യൂണിറ്റി ഹാളിലേക്ക് പോയി. വേറെയും പല സുഹൃത്തുക്കളും അതിൽ പങ്കെടുക്കാൻ എത്തിയിരുന്നു. കൂട്ടത്തിൽ ഒരു സുഹൃത്ത് ആന്റണിയും ഭാര്യ സാൽവിയും ഉണ്ടായിരുന്നു. എന്തോ മറന്ന് വെച്ചെന്ന് പറഞ്ഞു സുഹൃത്ത് ബസ് ഡിപ്പോയിലേക്ക് തിരികെ പോയി.

ബസ് ഡിപ്പോയിൽ ആകെ ജനക്കൂട്ടം ആളുകൾ അൽപ്പം പരി ഭ്രാന്തരാണ്. കാര്യം അന്വേഷിച്ചപ്പോൾ വാഷിയിൽ നിന്നും അവസാനം വന്ന അഞ്ഞൂറ്റി ഒന്നാം നമ്പർ ബസ്സിൽ (വാഷി അണുശക്തിനഗർ ബസ്സിന്റെ നമ്പർ ആയിരുന്നു 501) ബോംബ് ഉണ്ടോ എന്ന് സംശയം. ട്രിപ്പ് കഴിഞ്ഞു ഡിപ്പോയിൽ നിന്നും ഇറങ്ങി വന്നപ്പോൾ കണ്ടക്ടർ ആണ് ബസ്സിലെ ഒരു സീറ്റിൽ ആരോരും ഇല്ലാത്ത ആ പൊതി ശ്രദ്ധി ച്ചത്. ഉയർന്ന സെക്യൂരിറ്റി ഉള്ള ഒരു സ്ഥലത്ത് ഉപേക്ഷിക്കപ്പെട്ട ഒരു പൊതി കിട്ടിയാൽ പിന്നത്തെ കാര്യം പറയണോ? ഉത്കണ്ഠയുടെ നിമിഷങ്ങൾ ആയിരുന്നിരിക്കണം. വോക്കി ടാക്കികൾ ചിലച്ചു കാണും. കല്യാണത്തിന് ഗിഫ്റ്റ് ആയി വാങ്ങിയ സാധനം വെച്ച പൊതി യായിരുന്ന അത്. തിരക്കിനിടയിൽ അത് എടുക്കാൻ മറന്നതാണ്. എന്തായാലും തടി കേടാവാതെ കക്ഷി അവിടെ നിന്നും പൊതിയുമായി തിരിച്ചു.

ഒരു കല്ല്യാണം എന്നേക്കും ഓർക്കാൻ ഈ അനുഭവം ധാരാളം മതി.

നന്ദിപൂർവ്വം
ശാന്തനു ബോസ്‌ലെ

മുംബൈ ഡൊമസ്റ്റിക് എയർപോർട്ടിൽ വിമാനമിറങ്ങി. അബുദാബിയിലേക്ക് തിരിച്ചുപോകുകയാണ്. സാധാരണ കൊച്ചി-അബുദാബി നേരിട്ടുള്ള ഫ്ളൈറ്റ് ആണ് പതിവ്. ഗൗതമിനെ കണ്ടിട്ട് വരാൻ വേണ്ടി ഇത്തവണ ടിക്കറ്റ് ബുക്ക് ചെയ്തത് ബാംഗ്ലൂരിൽ നിന്നാണ്. ഡയറക്റ്റ് ഫ്ളൈറ്റ് കിട്ടിയില്ല. ഇൻഡിഗോ ഫ്ളൈറ്റ് മുംബൈ വഴിയാണ്. ബാംഗ്ലൂർ-മുംബൈ. പിന്നെ മുംബൈ-അബുദാബി. അങ്ങനെയാണ് ബുക്കിംഗ്. അർദ്ധരാത്രിയായി മുംബൈയിൽ എത്തിയപ്പോൾ.

ഒറ്റയ്ക്കാണ് യാത്ര. ഷീനയും അനഘയും നാട്ടിലാണ്. ഫ്ളൈറ്റ് രാവിലെ തന്നെയാണ്. ആ സമയം എയർപോർട്ടിൽ ചിലവഴിക്കാം. എയർപോർട്ട് ആകെ പുതുക്കി പണിതിട്ടുണ്ട്. അതുകൊണ്ട് പുതിയ കാഴ്ചകൾ കണ്ടു സമയം പോവാൻ ബുദ്ധിമുട്ടില്ല. ബാഗേജ് ബാംഗ്ലൂരിൽ നിന്നും നേരെ ചെക്ക് ഇൻ ചെയ്തു. ഡൊമസ്റ്റിക് ടെർമിനലിൽ ഇറങ്ങി ഇൻഡിഗോ ഹെൽപ് ഡെസ്കിൽ പോയി ഛത്രപതി ശിവാജി എയർ പോർട്ടിലേക്കുള്ള യാത്രാസൗകര്യം അന്വേഷിച്ചു.

സാധാരണ ഡൊമസ്റ്റിക് ടെർമിനലിൽ നിന്നും ഇന്റർനാഷണൽ ടെർമിനലിൽ പോകാൻ എയർപോർട്ട് ട്രാൻസ്ഫർ ബസ് ഉണ്ട്. കഴിഞ്ഞ പ്രാവശ്യം ഡൽഹി വഴി യാത്ര ചെയ്തപ്പോഴും എയർപോർട്ട് ബസ് ഉണ്ടായിരുന്നു. എനിക്ക് കിട്ടിയ മറുപടി തൃപ്തികരമല്ലായിരുന്നു. ഇപ്പോൾ ആ സൗകര്യം ഇല്ല. നിങ്ങൾക്ക് പുറത്തുനിന്നും ടാക്സി കിട്ടും. എയർപോർട്ട് അധികം അകലെയല്ല. എന്നെ സമാധാനിപ്പിക്കാനുള്ള ശ്രമം.

വർഷങ്ങൾക്കുമുമ്പ് എയർപോർട്ടിൽ ഉണ്ടായ ഒരു അനുഭവമാണ് പെട്ടെന്ന് ഓർമ്മ വന്നത്. ചേട്ടൻ അന്ന് ദുബായിൽ പോയി വന്നതായിരുന്നു. എയർപോർട്ടിൽ നിന്നും പുറത്തിറങ്ങിയപ്പോൾ ഒരാൾ ടാക്സി വേണോ എന്ന് ചോദിച്ചു. വേണമെന്ന് പറഞ്ഞപ്പോൾ അയാൾ ഒരു ടാക്സിക്കാരനെ വിളിച്ചു. പിന്നെ ഞാൻ വഴിയിൽ ഇറങ്ങിക്കോളാം

എന്ന് പറഞ്ഞു വണ്ടിയിൽ ഒപ്പം കയറി. കുറച്ചു ദൂരം പോയപ്പോൾ അയാൾ ടാക്സി വിളിച്ചു തന്നതിന്റെ സർവീസ് ഫീസ് ചോദിച്ചു. ഒടുവിൽ വഴക്കായി. ആളെ ഇറക്കിവിടാൻ ബുദ്ധിമുട്ടി. അന്ന് ഇത്തരം തട്ടിപ്പുകളെപ്പറ്റി അത്ര അറിവില്ലായിരുന്നു. എല്ലാത്തരം ആൾക്കാരും ഉള്ള ഒരു നഗരം. എല്ലാ തട്ടിപ്പുകളും ഇവിടെ പതിയിരിക്കുന്നുമുണ്ട്.

ബോംബെ ജീവിതത്തിൽ പരിചയപ്പെട്ട ചില അധോലോക കഥകൾ ഇപ്പോൾ ഓർമ്മവരുന്നു. അർദ്ധസത്യ സിനിമയെപ്പറ്റി മുമ്പ് ഒരു കുറിപ്പിൽ എഴുതിയിരുന്നു. അന്ന് അതിന്റെ ആസ്വാദനക്കുറിപ്പിന്റെ ടൈറ്റിൽ അർദ്ധസത്യ പറയുന്ന പൂർണ്ണസത്യം എന്നായിരുന്നു. ധാരാവിയിലെയും സയോൺ മാട്ടുംഗ പ്രദേശങ്ങളിലെയും ദാദ ആയി അന്ന് അറിയപ്പെട്ടിരുന്ന വരദാഭായി എന്ന വരദരാജൻ മുതലിയാരുടെ ജീവിതകഥയിലെ മുഹൂർത്തങ്ങൾ ഉൾപ്പെടുത്തിയാണ് അർദ്ധസത്യ എന്ന ഈ സിനിമ ചിട്ടപ്പെടുത്തിയത്. പിന്നീട് മണിരത്നം നായകൻ എന്ന തമിഴ്സിനിമ എടുത്തതും വരദഭായിയുടെ കഥ തന്നെ.

വേറെയും ബോളിവുഡ് സിനിമകൾ വരദാഭായിയുടെ ജീവിത മുഹൂർത്തങ്ങൾ ഒപ്പിയെടുത്തിട്ടുണ്ട്. ബോംബെ അധോലോകത്തിൽ അറുപതുകളിൽ തുടങ്ങി എൺപതുകളുടെ പകുതിവരെ ഏറ്റവും പ്രബലരായ മൂന്ന് അധോലോക രാജാക്കന്മാരിൽ ഒരാളായിരുന്നു വരദാഭായി. മറ്റു രണ്ടുപേർ ഹാജി മസ്താനും കരിംലാലയും അമിതാഭ് ബച്ചനെ സൂപ്പർ സ്റ്റാർ ആക്കി മാറ്റിയ ദീവാർ എന്ന ഹിന്ദി സിനിമയിൽ ഹാജി മസ്താന്റെ ജീവിതകഥയിലെ പല മുഹൂർത്തങ്ങളും ഉണ്ടത്രേ. രാഷ്ട്രീയത്തിലും സിനിമാലോകത്തും പിടിപാടുകളുള്ള ഹാജി മസ്താന്റെ ജീവിതകഥകൾ വേറെ സിനിമകൾക്കും അടിസ്ഥാനം ആയിട്ടുണ്ട്. കാട്ടിലെ നിയമങ്ങൾ പറയുമ്പോൾ ഓരോ സിംഹത്തിനും അവരുടെ കാടുകൾക്കു സീമകൾ ഉണ്ടെന്ന് പറയുന്നപോലെ ഈ മൂവരും ഓരോരുത്തരുടെയും അതിരുകൾ മനസ്സിലാക്കി പ്രവർത്തിച്ചിരുന്നു.

വരദാഭായ് മരിച്ചപ്പോൾ, ഹാജി മസ്താൻ മദ്രാസിൽ നിന്നും ചാർട്ടേർഡ് ഫ്ളൈറ്റിൽ മൃതദേഹം ബോംബയിൽ എത്തിച്ചെന്ന് പറയുമ്പോൾ അവരുടെ അടുപ്പത്തിന്റെ ആഴം അറിയാം. ബോംബെ റോബിൻ ഹുഡ് എന്ന ഒരു പേരും ഹാജി മസ്താന് ഉണ്ടത്രേ. ഒരുപക്ഷേ തെന്നിന്ത്യക്കാർക്കെതിരെ ആഞ്ഞടിച്ച ശിവസേനയുടെ കാറ്റിന്റെ ഗതി മാറ്റിയതിൽ തമിഴ്നാട്ടുകാരായ ഹാജി മസ്താനും വരദാഭായും ഒരു പങ്ക് വഹിച്ചിട്ടുണ്ട്.

കള്ളവാറ്റും വേശ്യാവൃത്തിയും പിക്പോക്കറ്റിങ്ങും പ്രൊട്ടക്ഷൻ ഹഫ്തയും കള്ളക്കടത്തും പിടിച്ചുപറിയും എല്ലാം ഉള്ള ഒരു അധോലോകം ഈ നഗരത്തിൽ ഉണ്ട്. അവിടെ ഓരോ കാലത്തും ഓരോ

തലവന്മാർ പൊന്തി വരുന്നു എന്നതും ഒരു സത്യം. ഒന്നോ രണ്ടോ തവണ പോക്കറ്റടിച്ചു കുറച്ചു പൈസ പോയതൊഴിച്ചാൽ എനിക്ക് അധികം ദുരനുഭവങ്ങൾ ഉണ്ടായിട്ടില്ല. ബോംബെക്കാരുടെ പാന്റിലെ സ്പെഷ്യൽ പോക്കറ്റ് ഒരു രഹസ്യ അറയായി സഹായിച്ചു കാണും. പാന്റിൽ ബെൽറ്റിനോട് ചേർന്ന് ഒരു സ്പെഷ്യൽ പോക്കറ്റ് അന്ന് പതിവുണ്ട്. കാശു സൂക്ഷിക്കുക ആ പോക്കറ്റിൽ ആവും.

ചേട്ടന് ഉണ്ടായ മറ്റൊരു അനുഭവം ഓർമ്മ വരുന്നു. മുഹമ്മദലി റോഡിലെ ഭിണ്ടി ബസാറിൽ ചേട്ടന് എന്തോ ആവശ്യത്തിന് പോകേണ്ടി വന്നു. എതിർവശത്തു നിന്ന് നടന്നു വന്ന ഒരാൾ പരിചയം കാട്ടി സംസാരിക്കാൻ വന്നു. ആപ് അന്ധേരി മേം രഹത്തെ ഹെക്യാ? (താങ്കൾ അന്ധേരിയിലാണോ താമസിക്കുന്നത്?) ചേട്ടന് ആളെ മനസ്സിലായില്ലെങ്കിലും മറുപടി വേഗം വന്നു.

''നഹി തോ. മേം കിംഗ് സർക്കിൾ മെ രഹതാ ഹും. (അല്ല, ഞാൻ കിംഗ് സിർക്കിളിൽ ആണ് താമസിക്കുന്നത്.)

കോയി ബാത് നഹിം പൈസ നിക്കാലോ. (എന്തായാലും കുഴപ്പമില്ല. കൈയിലെ പൈസ എടുക്കൂ.)

പതുക്കെ അയാൾ അരയിലെ കത്തി കാണിച്ചു പറഞ്ഞു. ഭിണ്ടി ബസാർ പൊതുവെ അത്ര സേഫ് ആയ സ്ഥലം അല്ല. എടുത്ത പൈസയിൽ നിന്നും പത്തുരൂപ മടക്കിക്കൊടുത്ത് അയാൾ പറഞ്ഞത്രേ. ''യെ തുമരാ ഘർ ജാനേ കാ പൈസ ഹെ.'' (ഇത് നിനക്ക് തിരിച്ചു വീട്ടിൽ പോകാനുള്ള പൈസ.)

''ഔർ കുച്ച് ദേഗാ. (കുറച്ചുകൂടി തരുമോ.)

ചേട്ടൻ കിട്ടുന്നത് പോരട്ടെ എന്ന് കരുതിക്കാണും.

''ജ്യാത മാംഗേകാ തോ തുമരാ വാച്ച് ബി ദേനാ പടേഗാ.'' (അധികം ചോദിച്ചാൽ കൈയിലെ വാച്ചും തരേണ്ടിവരും.)

അയാൾ കടുപ്പിച്ചപ്പോൾ ചേട്ടൻ 'സ്ട്രാറ്റജിക്' ആയി പിന്മാറി. ആ കാലത്തു വായിച്ച ഒരു പത്രവാർത്ത ഓർമ്മയിൽ തെളിയുന്നു. ആയിരത്തി തൊള്ളായിരത്തി എൺപത്തി ഏഴിൽ ടൈംസ് ഓഫ് ഇന്ത്യ പത്രത്തിൽ അപ്പോയ്ന്റ്മെന്റ്സ് കോളത്തിൽ വന്ന ഒരു കൊച്ചു പരസ്യം, ചുറുചുറുക്കുള്ള ബിരുദധാരികളുടെ അപേക്ഷ ക്ഷണിച്ചിരുന്നു. ഇന്റലിജൻസ് വകുപ്പിലെ ഈ ജോലിക്ക് അപേക്ഷിക്കേണ്ടവർ ബയോഡാറ്റയും ഫോട്ടോയും ആയി താജ് ഹോട്ടലിൽ ഹാജരാകാൻ ആയിരുന്നു പരസ്യം. അപേക്ഷകരിൽ നിന്നും മുപ്പതോളം പേരെ തിരഞ്ഞെടുത്തു. തിരഞ്ഞെടുത്തവരെ പങ്കെടുപ്പിച്ച് അടുത്ത ദിവസം ഒരു പരിശീലനം ഉണ്ടായിരുന്നു. അവർ രാവിലെ എത്തുമ്പോൾ അവരുടെ ഫോട്ടോ പതിച്ച ഐ.ഡി. കാർഡ് തയ്യാറായിരുന്നു. അവരെയും കൂട്ടി

ലക്ഷ്വറി ബസ്സിൽ സീനിയർ ഓഫീസറുടെ നേതൃത്വത്തിൽ ഗ്രാൻഡ് റോഡിനടുത്തുള്ള ഓപ്പറ ഹൗസിലെ പ്രമുഖ ജുവല്ലറി ആയ ത്രിഭുവൻ ദാസ് ജവേറി എന്ന ഷോപ്പിലേക്ക്. യുവാക്കൾക്ക് ആവേശം ആയിക്കാണും. ജോലിയിൽ കയറി ആദ്യദിവസം തന്നെ ഒരു റെയ്ഡിന് പോകുക. സീനിയർ ഓഫീസർ മുതലാളിയുമായി സംസാരിച്ചു. ഞങ്ങൾ ഇൻകം ടാക്സ് ഡിപ്പാർട്ട്മെന്റിൽ നിന്നാണ്. സെർച്ച് വാറന്റ് ഉണ്ട്. ഷോപ്പിന്റെ ഷട്ടർ ഇട്ട് രജിസ്റ്ററുകളും ഷോപ്പിലെ കാഷും കൈമാറണം. ഞങ്ങൾക്ക് എല്ലാം ഒത്തുനോക്കണം. എന്തെങ്കിലും ആയുധങ്ങൾ ഉണ്ടെങ്കിൽ അതും ഞങ്ങളെ ഏൽപ്പിക്കണം. മുതലാളിയുടെ കൈയിൽ ഉള്ള തോക്കും ഓഫീസർ ചോദിച്ചു വാങ്ങി. കുറെ ആഭരണങ്ങളും രജിസ്റ്ററുമായി ഒത്തുനോക്കാനായി അവർ എടുത്തു. മുപ്പതോളം യുവാക്കൾ അവിടെ ഷോപ്പിൽ തുടർന്നു. ഓഫീസർ അടുത്ത ഒരു റെയ്ഡ് നടത്താൻ ശേഖരിച്ച സാധനങ്ങളുമായി പുറത്തുപോയി. പിന്നെ അയാളുടെ പൊടിപോലും കണ്ടിട്ടില്ല. കുറെ കഴിഞ്ഞു സംശയം തോന്നി പൊലീസ് എത്തുമ്പോഴേക്കും ഒരു തെളിവുപോലും അവശേഷിപ്പിക്കാതെ അയാൾ കടന്നുകളഞ്ഞു. മറ്റൊരു ബോളിവുഡ് സിനിമ ഇത് പ്രമേയമാക്കിയിരുന്നു.

വീണ്ടും എയർപോർട്ടിലേക്കു തിരിച്ചുവരാം. എന്തായാലും പ്രീപെയ്ഡ് ടാക്സി തന്നെ ബുക്ക് ചെയ്യാം. പണ്ടത്തെ പ്രീമിയർ പദ്മിനി കാറുകളുടെ കാലം കഴിഞ്ഞു. ഇപ്പോൾ ടാറ്റ ഇൻഡിക്കയും മാരുതിയും ഒക്കെ ആണ്. ശീതികരിച്ച കൂൾ കാബുകളും ഉണ്ട്. അർദ്ധരാത്രി ആയതുകൊണ്ട് സാദാ ടാക്സി മതി. വലിയ ചൂടൊന്നും ഇല്ല. കൈയിൽ കാബിൻ ബാഗ് മാത്രമേ ഉള്ളൂ. ലഗേജ് ബാംഗ്ലൂരിൽ നിന്നു ചെക്ക് ഇൻ ചെയ്തിരുന്നു. അത് ഇനി അബുദാബിയിൽ നിന്നും കളക്റ്റ് ചെയ്താൽ മതി. ഡൊമസ്റ്റിക് ടെർമിനലിൽ നിന്നും പുറത്തിറങ്ങി പ്രീപെയ്ഡ് ടാക്സിയുടെ വരിയിലേക്ക് നടന്നു. സ്ലിപ് നോക്കി ഡ്രൈവർ ചോദിച്ചു. ഇവിടെ വെയിറ്റ് ചെയ്യൂ. അടുത്ത ഫ്ളൈറ്റിന് സമയം ഉണ്ടല്ലോ? ഒരുപക്ഷേ ഷോർട്ട് ട്രിപ്പ് പാസഞ്ചറെ കിട്ടിയതിന്റെ മുറുമുറുപ്പ് ആവും. എയർപോർട്ടിൽ കുറെനേരം വെയിറ്റ് ചെയ്തു ചെറിയ യാത്രയ്ക്കുള്ള കസ്റ്റമറെ കിട്ടിയാൽ കുറച്ചു വിഷമം കാണും. ഞാൻ കുറച്ച് അക്ഷമനായി.

‘‘പോകാം ബായ് സാബ്.’’ അയാൾ പിന്നെ ഒന്നും പറഞ്ഞില്ല. വണ്ടി എടുത്തു. ഞങ്ങൾ ഛത്രപതി ശിവാജി ഇന്റർനാഷണൽ എയർപോർട്ടിലേക്കു യാത്ര തിരിച്ചു. നല്ല ഉറക്കക്ഷീണം ഉണ്ട്. ടിക്കറ്റും പാസ്പോർട്ടും എല്ലാം ഇല്ലേ ഒന്ന് പരിശോധിക്കണം. ഞാൻ പെട്ടി തുറന്നു പാസ്പോർട്ട് എല്ലാം സൂക്ഷിക്കുന്ന ചെറിയ ഷോൾഡർ ബാഗ് എടുത്തു തുറന്നു നോക്കി ഉറപ്പു വരുത്തി. മൊബൈലും വീടിന്റെ ചാവിയും ടിക്കറ്റും പേഴ്സും എല്ലാം ഭദ്രമായി അതിൽ ഉണ്ട്.

സമയം ഏതാണ്ട് രണ്ടുമണി ആയിക്കാണും. ഒന്ന് മയങ്ങിപ്പോയി.

''സാബ്, എയർപോർട്ട് എത്തി.''

ഞാൻ ധൃതിയിൽ പുറത്തേക്കിറങ്ങി. ബോർഡിങ് ഗേറ്റ് പരതുന്ന എന്നെ അയാൾ വീണ്ടും വിളിക്കുന്നു. സാബ്... വല്ല എക്സ്ട്രാ ടിപ്പ് ചോദിക്കാൻ ആവും. എന്നാലും ഞാൻ തിരിഞ്ഞുനോക്കി. അയാൾ പിൻസീറ്റ് ചൂണ്ടിപറഞ്ഞു.

''ആപ്പ് ബാഗ് ഭൂൽ ഗയ.'' (താങ്കൾ ബാഗ് എടുക്കാൻ മറന്നു)

ഒരു നിമിഷം തരിച്ചു നിന്നുപോയി. പിന്നെ ഓടിപ്പോയി ട്രാവൽ ബാഗ് എടുത്തു.

''ശുക്രിയ ബായ് ജാൻ.'' നന്ദി, സഹോദരാ എന്ന് പറയാനേ അപ്പോൾ തോന്നിയുള്ളൂ. ഒരു നന്ദിയിൽ ഒതുക്കേണ്ട പ്രവർത്തിയല്ല ഇത്. ഇത് നഷ്ടപ്പെട്ടിരുന്നെങ്കിൽ പിന്നെ എന്തൊക്കെ പൊല്ലാപ്പ് ആകുമായിരുന്നു എന്ന് ആലോചിക്കുമ്പോൾ ഇപ്പോഴും ഒരു ആന്തൽ.

അബുദാബിയിൽ എത്തി ഞാൻ ആ ഡ്രൈവറുടെ സേവനത്തെ പ്രകീർത്തിച്ചു മുംബൈ ആർ.ടി.ഒയ്ക്കും പ്രീപെയ്ഡ് ടാക്സി സർവീസിനും ഇമെയിലുകൾ അയച്ചു. അയാളുടെ പേര് അറിയിച്ചാൽ അയാൾക്ക് എന്റെ വക ഒരു സ്നേഹോപഹാരം കൊടുക്കണമെന്ന് ഞാൻ അവർക്ക് എഴുതി. പ്രീപെയ്ഡ് ടാക്സി റെസിപ്റ്റിൽ കാർ നമ്പർ മാത്രമേ ഉള്ളൂ. ഡ്രൈവറുടെ പേരില്ല. ഒരുപക്ഷേ കസ്റ്റമർ കംപ്ലൈന്റ്സ് മാത്രം നോക്കുന്ന കസ്റ്റമർ സർവീസ് ഡിപ്പാർട്ട്മെന്റിൽ ഇത്തരം ഒരു കത്തിന് എന്ത് മറുപടി അയയ്ക്കണമെന്ന് അവർക്ക് അറിയില്ലായിരിക്കും. പേരില്ലാതെ നന്മ ചെയ്യുന്ന ഒരുപാട് നല്ല മനുഷ്യരും ഈ നഗരത്തിൽ ഉണ്ട്. ആ സുമനസ്സുകൾക്കു നന്ദി പറയുന്നത് ആവട്ടെ ഈ കുറിപ്പ്.

എന്തായിരിക്കും ആ ചെറുപ്പക്കാരന്റെ പേര്? ഉയരം കുറഞ്ഞ് ഇരുനിറത്തിൽ ഉള്ള ആ ചെറുപ്പക്കാരനെ ഞാൻ ശാന്തനു ബോസ്‌ലെ എന്ന് വിളിച്ചോട്ടെ.

ബോംബെയോട്
വിട പറയും മുമ്പേ

ചില ബന്ധങ്ങൾ വളരെ ദൃഢത ഉള്ളതാവും. അത് വ്യക്തികളോടും സ്ഥലങ്ങളോടും സംഭവങ്ങളോടും ആവാം. അത് ഒരിക്കലും അകന്നു പോകല്ലേ എന്നാവും നമ്മുടെ ആലോചന. എങ്കിലും ചില ഘട്ടങ്ങളിൽ വിടുതൽ അനിവാര്യം ആവും. പത്തുവർഷം നഗരത്തിൽ കഴിഞ്ഞു കൂടി. നഗരം വിട്ടു വേറെ ഒരു രാജ്യത്തേക്ക് പോവുന്നതിന്റെ ഉത് കണ്ഠയാണ് മനസ്സിൽ. രാജിക്കത്ത് രണ്ടു ബോസ്സുമാർക്ക് കൊടുക്കണം. അഡ്മിനിസ്ട്രേറ്റീവ് റിപ്പോർട്ടിങ് ബ്രാഞ്ച് മാനേജർ സർദാർജിയായ ജെ.എസ്. രേഖിക്ക് ആണ്. പിന്നെ ഫംഗ്ഷണൽ റിപ്പോർട്ടിങ് ഹെഡ് ഓഫീസിലുള്ള ഡിവിഷണൽ അക്കൗണ്ടിംഗ് മാനേജരായ ശങ്കറിനും.

ബ്രാഞ്ചിൽ രേഖിയുടെ കീഴിൽ ഞങ്ങൾ മൂന്ന് അസിസ്റ്റന്റ് മാനേജർസ് ആണ്. വെസ്റ്റേൺ റീജിയണിലെ സംസ്ഥാനങ്ങളിലെ സെയിൽസ് നോക്കാൻ യോഗേഷ് സാവന്തും വിവേക് ബാലിയും. അക്കൗണ്ട്സ് എന്റെ ചുമതലയാണ്. എന്നെ സഹായിക്കാൻ സന്തോഷ് ദാൽവിയും അരവിന്ദ് പണ്ഡിറ്റും പിന്നെ ഏക്നാഥ് മുൾകിയും. സന്തോഷ് ഇപ്പോഴും സൗഹൃദത്തിൽ ഉണ്ട്. കെ.പി.എം.ജിയിലെ സീനിയർ പാർട്ണർ ആണ്. യോഗേഷിന്റെയും ബാലിയെയും ഓഫീസിൽ സഹായിക്കാൻ വെങ്കിട്ടും തോമസും രാജാറാമും. രാജിക്കത്ത് കൊടുത്തപ്പോൾ രേഖി പറഞ്ഞു. ‘‘ബോംബയിലെ സ്വാതന്ത്ര്യത്തിന്റെ വായു ഗൾഫിൽ കിട്ടില്ല. ഈ വായു ഉപേക്ഷിച്ച് ഇന്ത്യ വിട്ടു പോകണോ?’’

‘‘അഞ്ചുവർഷം ഗൾഫിൽ ജോലി ചെയ്തു തിരിച്ചുവരണം എന്നാണ് ആഗ്രഹം. എനിക്ക് എന്റേതായ ആവശ്യങ്ങൾ ഉണ്ട്.’’

അധികം മുഷിപ്പിക്കാതെ എന്റെ ആഗ്രഹങ്ങൾ പറഞ്ഞു. ജഹാംഗീർ ആർട്ട് ഗാലറിയിലെ സരോവർ റെസ്റ്റോറന്റിലെ ഉച്ചയൂണിനാണ് ഞങ്ങൾ വിശേഷങ്ങൾ പങ്കുവെക്കുക. റെസ്റ്റോറന്റിൽ പോയി പ്യൂൺ ബത്തൻ ലാൽ ഭക്ഷണം വാങ്ങിക്കൊണ്ട് വരും. രേഖിയുടെ

വലിയ കാബിനിൽ ഇരുന്നു ഞങ്ങൾ നാലുപേരും ഒരുമിച്ച് ലഞ്ച് കഴിക്കും.

യോഗേഷും ബാലിയും പലപ്പോഴും ടൂറിൽ ആവും. മധ്യപ്രദേശിലും ഗുജറാത്തിലും മഹാരാഷ്ട്രയിലും ഗോവയിലും ചെറുപട്ടണങ്ങളിൽ കുറെ സെയിൽസ് ഓഫീസേർസ് ഉണ്ട്. ശങ്കർ കുറച്ചു പിണക്കിത്തിലാണെന്നു തോന്നുന്നു. നിനക്ക് ഒരു ചേഞ്ച് ആയിക്കോട്ടെ എന്ന് കരുതിയാണ് ഫാക്ടറിയിൽ നിന്നും സെയിൽസ് ഓഫീസിലോട്ടു മാറ്റിയത്. ഇവിടെ വന്നിട്ട് ഒരു വർഷംപോലും ആയില്ലല്ലോ? പലതും പുതിയതായി പഠിക്കാമല്ലോ? അതിനുശേഷം ഹെഡ് ഓഫീസിലേക്ക് മാറാം. കമ്പനിയിൽ ഇനിയും പ്രൊമോഷൻ സാധ്യതയുണ്ട്. അൽപ്പം മധുരം കാട്ടി രാജി പിൻവലിക്കുമോ എന്ന് അറിയാനുള്ള ഒരു ശ്രമം. രാജി പിൻവലിക്കാൻ പരിപാടി ഇല്ലെന്ന് ശങ്കറിന് മനസ്സിലായി. ആരെയാണ് പകരക്കാരനായി കണ്ടിട്ടുള്ളത്? അർമിൻ ദുബാഷ് (അർമിൻ ബില്ലിമോറിയ ഇന്ന് ക്യാപ്ജമിനിയിലെ സീനിയർ ഡയറക്ടർ ആണ്) എന്ന ഹെഡ് ഓഫീസിലെഒരു പാഴ്സി പെൺകുട്ടിയെയാണ് റീപ്ലേസ്മെന്റ് ആയി കണ്ടിട്ടുള്ളത്. തല്ക്കാലം ദൽവിക്ക് ചാർജ് ഏൽപ്പിച്ചാൽ മതി.

ഒരു മാസം നോട്ടീസ് പീരീഡ് ഉണ്ടെങ്കിലും അതിനുമുമ്പേ എന്നെ റിലീവ് ചെയ്യണം എന്നൊരു റിക്വസ്റ്റ് ഉണ്ട്. ശങ്കറിന്റെ അടുത്ത് എനിക്ക് അടുപ്പത്തിന്റെ അധികാരം എടുക്കാം. ‘‘പോകാൻ ഉറപ്പിച്ചോ? ശങ്കർ ഒരു വട്ടം കൂടി പിൻതിരിപ്പിക്കാൻ നോക്കി. പ്രാരബ്ധങ്ങൾ കൂടി. വാടകയും മറ്റു വീട്ടുചെലവും നടത്തി വണ്ടി ഉന്താൻ പ്രയാസം ആവുന്നു. പുതിയ പ്രമോഷനുശേഷം സാമാന്യം ഭേദപ്പെട്ട ശമ്പളം ഉണ്ടെങ്കിലും കുടുംബം വലുതാകുമ്പോൾ ഉള്ള ബുദ്ധിമുട്ട് ശങ്കറിന് അറിയാം. ആശാന്റെ കല്യാണം കഴിഞ്ഞ് അധികസമയം ആയില്ല. മോൾക്ക് (അനഘ) ഒരു വയസ്സായി. ഷീനയും മോളും അന്ന് നാട്ടിലാണ്. ഡെലിവറിക്ക് പോയി തിരിച്ചുവരാൻ ഉള്ള സമയം ആയപ്പോഴാണ് പ്രതീക്ഷിക്കാത്ത ഒരു ജോലി ഓഫർ വരുന്നത്. മുമ്പ് ഒരുമിച്ചു ജോലി ചെയ്തിരുന്ന രവിയുടെചേട്ടൻ രാധാകൃഷ്ണൻ ഒരു എയർ മെയിൽ ലെറ്റർ ആയി ഓഫർ അയച്ചതാണ്. രവിയുടെ ഭാര്യ സുഷമയാണ് വിവരങ്ങൾ വിളിച്ചു പറഞ്ഞത്. സൗദിയിലെ അൽകോബാറിലാണ് പുതിയ ജോലി ഒഴിവ്.

റിലീവ് ചെയ്യുന്നതിന് മുമ്പ് ചെയ്തുതീർക്കേണ്ട ജോലി ശങ്കർ വിസ്തരിച്ചു. ഗോവയിൽ പുതിയ ഒരു സെയിൽസ് ടാക്സ് കൺസൾട്ടന്റിനെ നിയമിക്കണം. പുതിയ ഒരാൾക്ക് പവർ ഓഫ് അറ്റോർണി കൊടുക്കാൻ സമയം എടുക്കും. സെയിൽസ് ടാക്സ് അസ്സസ്മെന്റ് അടുത്തുണ്ടാകും. കൺസൾട്ടന്റിനെ നിയമിക്കണം. ഈ ടാസ്ക് എനിക്ക്

ഇഷ്ടമായി തോന്നി. അന്ന് കൊങ്കൺ റെയിൽവേ ആരംഭിച്ചിട്ടില്ല. അതുകൊണ്ട് എനിക്ക് ഫ്ളൈറ്റ് ടിക്കറ്റിന് എലിജിബിലിറ്റി ഉണ്ട്. ഇത്തരം യാത്രകൾ മുമ്പും ഉണ്ടായിട്ടുണ്ട്. അന്ന് ഇൻഡോറും അഹമ്മദാബാദും ആണ് സന്ദർശിച്ചത്.

കൂട്ടുകാരുമായി ഒരിക്കൽ ഗോവയിൽ പോയിട്ടുണ്ട്. മനസ്സിൽ പഴയ ഗോവൻ ഓർമ്മകൾ മിന്നിമറഞ്ഞു. അത് അഞ്ചു വർഷങ്ങൾക്കു മുമ്പ് ആയിരുന്നു. നെരൂളിൽ താമസിച്ചിരുന്ന കൂട്ടുകാരുമൊത്ത് ഒരു ടൂർ പോവാൻ തോന്നിയപ്പോൾ മനസ്സിൽ തോന്നിയത് ഗോവ ആയിരുന്നു. നെരൂൾ അന്നൊരു കാട്ടുമുക്കാണ്. ലണ്ടൻ പിൽസ്നർ എന്ന ബിയർ ഉണ്ടാക്കുന്ന ഫാക്ടറിയുടെ അടുത്ത്, ബസ് ഇറങ്ങി കുറച്ചു നടക്കണം. വഴിയരുകിൽ അലഞ്ഞു നടക്കുന്ന കഴുതകളെ കാണാം. റസ്റ്റോറന്റുകൾ ഒന്നും ആയിട്ടില്ല. ഒരു ഓണം കേറാമൂല എന്നു വേണേൽ പറയാം. ഇന്ന് നവി മുംബൈയിലെ ഏറ്റവും തിരക്കുള്ള ഒരിടമാണ് നെരൂൾ. ബസ്സിൽ ഒരു രാത്രിയുടെ യാത്ര. അല്ലെങ്കിൽ സ്റ്റീമർ ബോട്ടിൽ ഇരുപത്തിനാലു മണിക്കൂർ. കൂട്ടിന് രാജേന്ദ്രനും പ്രശാന്തും ഹമീദും. ഞങ്ങൾ സ്റ്റീമർ തിരഞ്ഞെടുത്തു.

യാത്ര പുറപ്പെടുന്നത് മാസഗോൺ ഡോക്കിന്റെയും ശിവരിയുടെയും അടുത്താണ് സ്റ്റീമറിന്റെ സ്റ്റാർട്ടിങ് പോയിന്റ്. മൂന്നു തരത്തിലുള്ള ടിക്കറ്റുകൾ ഉണ്ട്. ഒന്ന് ലോവർ ഡക്ക്, പിന്നെ കുറച്ചുകൂടി മുന്തിയ അപ്പർ ഡക്ക്. പിന്നെ ഏറ്റവും മുന്തിയ കാബിൻസ്. ഞങ്ങൾ വാങ്ങിയത് അപ്പർ ഡക്ക് ടിക്കറ്റുകൾ ആയിരുന്നു. യാത്ര ചെയ്ത് മുൻപരിചയം ഉള്ളവർ സ്റ്റീമറിൽ കേറിയ ഉടൻ കിടക്കവിരി വിരിച്ചു സ്ഥാനം പിടിച്ചു. ചിലരെല്ലാം പോർട്ടർമാരുടെ സഹായത്തോടെ നല്ല ഇരിപ്പിടങ്ങൾ കരസ്ഥമാക്കി. ഇത് ഇന്ന് രാത്രിയിലെ കിടപ്പിടങ്ങൾ കൂടിയാണ്. ഒരു നാവികന്റെ കാരുണ്യത്തിൽ ഞങ്ങൾ അയാളുടെ വിരിയിൽ കയറി ഇരുന്നു. ഇനി അടുത്ത ഇരുപത്തിനാലു മണിക്കൂർ അറബിക്കടലിലൂടെ യാത്രയിൽ ഇരുന്നും കിടന്നും ഇവിടെ കഴിച്ചുകൂട്ടണം. കപ്പലിൽ പല ചെറു സംഘങ്ങൾ. ആകെ ബഹളമയം. ചിലരെയൊക്കെ പരിചയപ്പെട്ടു. ഒരു ചെറിയ സംഘം വിദ്യാർത്ഥികൾ, പിന്നെ ഗോവൻ ഫാമിലീസ്, ഒറ്റയ്ക്ക് യാത്ര ചെയ്യുന്നവർ.

ഡെക്കിന്റെ താഴെയാണ് ഭക്ഷണശാല. തണുപ്പിച്ച പാനീയങ്ങൾ. ലിംകാ, ഫാന്റാ, മംഗോള എല്ലാം സ്റ്റോക്ക് കാണും. എന്തായാലും കാജുഫെനി ഉണ്ടായിരിക്കും. ഗോവയുടെ തനത് പാനീയം. പിന്നെ പോർട്ട് വൈൻ. കടൽ അങ്ങനെ നീണ്ടുകിടക്കുകയാണ്. എന്തൊക്കെ ടൈംപാസുകൾ ആയിരിക്കും? റമ്മി, തംബോല? ഞങ്ങളുടെ മെയിൻ ടൈംപാസ് അടുത്തിരുന്ന നേവിക്കാരന്റെ മസാല ചേർത്ത കഥകൾ

ആയിരുന്നു. ബാച്ചലേഴ്സിനെ സുഖിപ്പിക്കാൻ നാവികന്റെ നുണക്കഥകൾ രസക്കൂട്ടുകൾ ഉണ്ടാക്കി. ചിലപ്പോഴെല്ലാം വെറുതെ അവസാനിക്കാത്ത കടലിനെ നോക്കിയിരുന്നു.

ഒരു ദിവസം യാത്ര ചെയ്തു പഞ്ചിം എത്തിയപ്പോൾ നേരം വെളുത്തിരുന്നു. ഓർമ്മയിൽ കോറിയിട്ട ഒരു കടൽ യാത്ര. മൂന്ന് പകലുകളാണ് അന്ന് ചെലവിട്ടത്. പള്ളികളും ബീച്ചുകളും പോർട്ട് വൈൻ തന്ന ലഹരിയും ഓർമ്മയുണ്ട്. 'ഏക് ധുജേ കെലിയേ' സിനിമയിലെ ഷൂട്ടിങ് ലൊക്കേഷൻ, പിന്നെ ഫ്രാൻസീസ് അസ്സീസിയെ അടക്കം ചെയ്ത പള്ളി. യൂണിയൻ ടെറിട്ടോറി ആയിരുന്ന ഗോവയിൽ അന്ന് പല സാധനങ്ങൾക്കും വില കുറവായിരുന്നു.

വേഗം തന്നെ ഗോവയ്ക്ക് ടിക്കറ്റ് ബുക്ക് ചെയ്തോളൂ. ശങ്കർ ഫൈനൽ ടാസ്ക് ലിസ്റ്റ് തയ്യാറാക്കി പറഞ്ഞു. അന്ന് വീട്ടിലേക്കുള്ള യാത്രയിൽ പിന്നിട്ട വഴികൾ ഒന്ന് തിരിഞ്ഞു നോക്കി. ചിന്തകളെ ഒപ്പിയെടുത്ത് അറകളിൽ സൂക്ഷിച്ച് അടുക്കിവെച്ചിരുന്നെങ്കിൽ എത്ര എളുപ്പമായേനേ. അന്ന് മനസ്സിലൂടെ മാറിമറിഞ്ഞ ചിത്രങ്ങൾ ഏതൊക്കെയാവും?

മാനേജ്മെന്റ് ട്രെയിനിയായി ജോയിൻ ചെയ്യാൻ ശ്രീറാം അയ്യർ നടത്തിയ ഇന്റർവ്യൂ ഓർത്തു കാണുമോ? പിൽക്കാലത്ത് എന്റെ ഇരിപ്പിടമായ അതേ കസേരയിലാണ് ശ്രീറാം അന്ന് ഇരുന്നത്. അമിട്ട് വിരിയുന്നപോലെ ഒരുപാട് കൊച്ചുമുഹൂർത്തങ്ങൾ ഇന്ന് മിന്നി മറയുന്നുണ്ട് കുറച്ചെല്ലാം ഇവിടെ പെറുക്കി ഇടാം. കൊടിയന്റെ ക്യാന്റീനിൽ പരിചയപ്പെട്ട ഭക്ഷണങ്ങൾ, പൊട്ടറ്റോ പൊഹയും മട്ടൻ ഖീമായു ശീരയും സബുധനാ വടയും പ്രാതലും ഉച്ചഭക്ഷണവും അധികവും കാന്റീനിൽ നിന്ന് തന്നെയാവും. കസ്റ്റംസ് സെൻട്രൽ എക്സൈസ് ഉദ്യോഗസ്ഥർ വരുമ്പോൾ ഇടയ്ക്ക് അവരുമായി ഉച്ചഭക്ഷണം കഴിക്കാൻ ചെമ്പൂരിൽ ഉള്ളയോഗി റെസ്റ്റോറന്റിൽ പോകും. പിന്നെ വിശ്രമവേളകളിലെ കാരംസ് കളികൾ. ഞാൻ അധികവും കാഴ്ചക്കാരൻ ആയിരുന്നു. സദാനന്ദനും രവിയും നർദേക്കറും അഫ്ഫോൻടിയുമെല്ലാമായിരുന്നു കളിക്കാർ. പുതിയ പ്രൊഡക്ട്സ് ഉണ്ടാക്കുമ്പോൾ കോസ്റ്റിങ് ചെയ്യാൻ സമീപിച്ചിരുന്ന റിസർച്ച് ആന്റ് ഡെവലപ്മെന്റ് ഹെഡ് ആയിരുന്ന ഷാൻബാഗ്. ഷാൻബാഗിന്റെ അസിസ്റ്റന്റ്സ് ആയിരുന്ന മിനിയും വിനയ് സിങ്ങും. വളരെ ഗൗരവക്കാരനായിരുന്ന എക്സ്പോർട്ട് മാനേജർ ദീപക് ബജാജ്. ബജാജ് നടക്കുമ്പോൾ വിദേശപെർഫ്യൂമുകളുടെ രൂക്ഷഗന്ധം. കോബ്രായോ ക്രിസ്റ്റിൻ ഡിയോരോ മറ്റോ ആവും. പലപ്പോഴും എക്സ്പോർട്ട് കോസ്റ്റിംഗ് ചെയ്യാൻ ബജാജ് എന്നെ വിളിക്കാറുണ്ട്.

ജോലിക്കാര്യത്തിന് ഇടയ്ക്കു ഞങ്ങൾ വഴക്കു കൂടുമെങ്കിലും ഇ.ഡി.പിയിലെ അടുത്ത സുഹൃത്ത് ശൈലേന്ദ്രചവാൻ. (കമ്പ്യൂട്ടർ ഡിപ്പാർട്ട്മെന്റിന്റെ അന്നത്തെ പേര്.) ക്രെഡിറ്റ് കാർഡ് ഇന്ത്യയിൽ അന്ന് അത്ര പ്രചാരത്തിൽ ആയിട്ടില്ല. ചവാന്റെ കൈയിലെ ഡൈനേർസ് കാർഡ് അന്ന് ഒരു പുതുമയായിരുന്നു. ഇ.ഡി.പിയിലെതന്നെ മോഹൻ ജേക്കബ് ആയിരുന്നു മറ്റൊരു സുഹൃത്ത്. അദ്ദേഹത്തിന്റെ കരിംപച്ച പ്രീമിയർ പദ്മിനിയിലെ മുൻനിര യാത്രക്കാരനായിരുന്നു ഞാൻ. ആകെ ഒരു കുഴപ്പം, 'ദേ, അരമണിക്കൂറിൽ പണി കഴിഞ്ഞു ഒരുമിച്ചു പോകാം' എന്ന് പറയുന്ന കക്ഷിയെ കാത്തു ചിലപ്പോൾ രണ്ടു മണിക്കൂർ കാത്തു നിൽക്കണം. അങ്ങനെ മഴ കനത്ത ഒരു രാത്രിയിൽ വരാൻ വൈകിയ പ്പോൾ ഷീന പേടിച്ചു വിറച്ച കഥ ഞങ്ങൾ ഇടയ്ക്ക് ഓർക്കും. വീട്ടിൽ ഫോൺ ഇല്ലാത്ത കാരണം അറിയിക്കാൻ മാർഗവും ഇല്ലായിരുന്നു. ഗണേശോത്സവത്തിനു പണിക്കാർ നടത്തിയിരുന്ന പൂജകളും ആരതി കളും. 'ജയ് ദേവ് ജയ്ദേവ് ജയ മംഗളമൂർത്തി... താളത്തിൽ മറാട്ടിയി ലുള്ള ബജൻസ് അവർ ചെല്ലുന്നത് കേൾക്കാൻ നല്ല രസമാണ്. ജോലി അധികം ഉള്ള ചില നാളുകളിൽ വീക്കിലി ഓഫ് ദിനങ്ങളിലും ഓഫീ സിൽ വരാറുണ്ട്. അങ്ങനെ ഒരു ദിവസം ഒരു പകലും രാത്രിയും മുഴു വനും ജോലി ചെയ്തു രാവിലെ വീട്ടിൽ പോയ ദിവസങ്ങളും ഓർമ്മ യുണ്ട്.

ഫാക്ടറിയിലെ അഞ്ചു വർഷങ്ങളും തിരക്കേറിയതായിരുന്നു. മാനേജ്മെന്റ് ട്രെയിനി ആയി ജോലിയിൽ കയറുമ്പോൾ രവിയായി രുന്നു കൂട്ട്. രവി വേറെ ജോലിയായി പോയപ്പോൾ ആ ചുമതലകൾ എല്ലാം എന്റെയായി. ശ്രീറാം അയ്യർ ആയിരുന്നു അന്നത്തെ ബോസ്. തിരക്കുപിടിച്ചതെങ്കിലും ആസ്വദിച്ചിരുന്ന ദിവസങ്ങൾ. (ശ്രീറാമും രവി യുമായി ഇന്നും ആ സൗഹൃദങ്ങൾ നിലനിർത്തുന്നു. ഇപ്പോൾ രവി കാനഡയിലും ശ്രീറാം സിംഗപ്പൂരിലും ആണ്).

ഒരു സ്റ്റാഫ് ലഞ്ചിൽ പങ്കെടുക്കാൻ വന്ന മിസ്സിസ് സിമോൺ നേവൽ ടാറ്റായെ ഹെഡ് ഓഫീസിലെ വീരരാഘവൻ ആദ്യം പരിചയപ്പെടുത്തി യത് ഓർമ്മയിൽ തെളിഞ്ഞു. പിന്നീടും ഇടയ്ക്കൊക്കെ അവരെ കണ്ടി ട്ടുണ്ട്. വർഷങ്ങളോളം ലാക്മെ എന്ന കോസ്മെറ്റിക്സ് കമ്പനിയെ നയിച്ചതും ഇവരായിരുന്നു. രത്തൻ ടാറ്റയുടെ സ്റ്റെപ്പ് മദർ. ആദ്യമൊക്കെ ഞങ്ങളുടെ അപ്രൈസൽ നടത്താൻ ഡിപ്പാർട്ട്മെന്റിൽ പുറത്തുനിന്നും മാനേജിങ് ഡയറക്ടർ ആയ മിസ്സിസ് ടാറ്റയും ജനറൽ മാനേജർ അനിൽ ചോപ്രയും പങ്കെടുക്കാറുണ്ട്.

ജോലി മാറണമെന്ന് അത്ര ആഗ്രഹം ഒന്നും ഇല്ലായിരുന്നു എങ്കിലും ടൈംസ് ഓഫ് ഇന്ത്യയുടെ പേജുകളിൽ പരന്നു കിടക്കുന്ന തൊഴിൽ

അവസരങ്ങൾ ഇടയ്ക്കൊക്കെ ആഗ്രഹങ്ങൾ മുളപ്പിക്കാറുണ്ട്. ഒരു പ്രൈവറ്റ് കമ്പനിയിൽ ജോലി ചെയ്യുന്ന ബോംബെക്കാരനെ സംബന്ധിച്ച് ടൈംസ് ഓഫ് ഇന്ത്യയിലെ അപ്പോയ്ന്റ്മെന്റ്സ് പേജ് വളരെ വിലപ്പെട്ടതാണ്. എക്കോളാക്കിന്റെ പെട്ടിയിൽ ഒരു ബയോഡാറ്റ എപ്പോഴും റെഡിയായി ഉണ്ടാവും. എന്നിട്ടും ആറുവർഷം ജോലി ഒന്നും മാറാതെ ലാക്മെയിൽ തന്നെ തുടർന്നു.

ജോലികൾക്ക് അധികം അപേക്ഷകൾ അയയ്ക്കാറില്ലെങ്കിലും എന്റെ ബയോഡാറ്റ കൈവശം ഉള്ള പ്ലേസ്മെന്റ് കമ്പനികൾ കൂടെക്കൂടെ ഓരോ ഇന്റർവ്യൂ കാളുകൾ സംഘടിപ്പിച്ചു വിളിക്കും. ഒന്ന് പോയി നോക്കൂ. നല്ല കമ്പനിയാണ്, ശമ്പളം ഒരു മുപ്പത് ശതമാനമെങ്കിലും കൂടും, ബെറ്റർ ടൈറ്റിൽ. ഇതൊക്കെ കേൾക്കുമ്പോൾ ചാഞ്ചാട്ടം വരും. പിന്നെ ഇന്റർവ്യൂ സ്വയം എവിടെ നിൽക്കുന്നു എന്ന് അറിയാൻ ഒരു അവസരം ആയതുകൊണ്ട് ഇടയ്ക്കൊക്കെ പോയി നോക്കും. ഒന്ന് ഒത്തുവരുമ്പോൾ വേറെ എന്തെങ്കിലും മിസ്സിങ് ആവും. ശമ്പളം മാച്ച് ആവുമ്പോൾ ടൈറ്റിൽ മാച്ച് ആവില്ല. എന്തായാലും ബോംബെയിലെ പല പ്രമുഖ കമ്പനികളിലും ഇത്തരം അഭിമുഖങ്ങൾ ഉണ്ടായിട്ടുണ്ട്. അറിവും അറിവില്ലായ്മയും പരീക്ഷിക്കപ്പെടുന്ന നിമിഷങ്ങൾ. ഗോദ്റെജ്, റിലൈൻസ്, നെൽകോ, ബാറ്റ്ലി ബോയ്, ഫിലിപ്സ്, ഗോഡ്ഫ്രെ ഫിലിപ്സ്, വീഡിയോകോൺ തുടങ്ങിയ പലയിടങ്ങളിലും ഇത്തരം അഭിമുഖങ്ങൾക്ക് അവസരം കിട്ടി.

ഓർക്കുമ്പോൾ ഏറ്റവും ഇന്ററസ്റ്റിങ് ആയി തോന്നിയത് എ.ടി.ബി. എന്ന കമ്പനിയിലെ ഇന്റർവ്യൂ ആണ്. ഓട്ടോ പിടിച്ച് അന്ധേരിയിലെ മാറോളിൽ ഉള്ള അവരുടെ ഓഫീസിൽ എത്തി. ജനറൽ മാനേജരുമായാണ് ഇന്റർവ്യൂ. ജിഎമ്മിന്റെ സെക്രട്ടറി പുറത്തുവന്നു പറഞ്ഞു.

''ജിഎമ്മിന് ഒരു അത്യാവശ്യ മീറ്റിംഗ് ഉണ്ട്. അതുകൊണ്ട് പുറത്തു പോവണം. ഇന്ന് ഇനി തിരിച്ചുവരില്ല. വേറെ ഒരു ദിവസം വരാമോ?''

ജോലിയിൽ നിൽക്കുമ്പോൾ ഒരു ലീവ് ഒപ്പിച്ചു വരാനുള്ള ബുദ്ധിമുട്ട് എനിക്കേ അറിയൂ.

''ഞാൻ വാഷിയിൽ നിന്നും വരുന്നതാണ്. വീണ്ടും വരാൻ ബുദ്ധിമുട്ടാണ്.''

അപ്പോൾ ജനറൽ മാനേജർ അടുത്ത നിർദ്ദേശം തന്നു.

''എന്റെ മീറ്റിംഗ് ദാദറിൽ ആണ്. എന്റെ ഒപ്പം കാറിൽ വന്നാൽ യാത്രയ്ക്കിടയിൽ ഇന്റർവ്യൂ നടക്കും.''

നാനിപാൽക്കിവാല വിമാനത്തിൽ അപ്പോയ്ന്റ്മെന്റ് കൊടുത്തിരുന്നത് ഓർത്തു. ഒരു പുതിയ അനുഭവം എനിക്കും ഇരിക്കട്ടെ. കോണ്ടെസ

കാറിൽ പിൻസീറ്റിൽ ഇരുന്ന് അഭിമുഖം നടന്നു. ജോലി ഓഫർ കിട്ടിയെങ്കിലും അത്ര ആകർഷകമായ ശമ്പളം ഓഫർ ചെയ്യാത്തതു കൊണ്ട് ഓഫർ സ്വീകരിച്ചില്ല. എന്തായാലും ഇത് ഇപ്പോഴത്തെ ജോലിയുടെ ഭാഗമായി നടത്തുന്ന ഒരു യാത്രയാണ്. രണ്ടു ദിവസത്തെ ടൂർ പ്ലാൻ. ഫ്ളൈറ്റ് രാത്രി രണ്ടു മണിക്കൂറോ മറ്റോ എടുത്തുള്ളൂ. ആദ്യ ദിവസം തന്നെ പോയ കാര്യം ചെയ്യാൻ പറ്റി. ഉസ്ഗാവ്കാർ എന്ന കൺസൾട്ടന്റിനെ നിയമിച്ചു ദൗത്യം നിറവേറ്റി. സായാഹ്നത്തിൽ ഒരു ചെറുക്രൂയിസർ യാത്ര നടത്തി. ദീപങ്ങൾ അലങ്കരിച്ച ബോട്ടിൽ ഗിറ്റാറിന്റെയും പാട്ടിന്റെയും അകമ്പടിയിൽ പിന്നിട്ട വഴികൾ ഓർത്ത് ഒരു ക്രൂയിസർ യാത്ര. ഇങ്ങനെ ഒരു ടാസ്ക് തന്നതിന് മനസ്സിൽ ശങ്കറിനോട് നന്ദി പറഞ്ഞു.

ഉച്ചത്തിൽ പാടിയ ബോളിവുഡ് പാട്ടുകളിൽ പതുക്കെ പതുക്കെ ഓർമ്മകൾ മയങ്ങിത്തുടങ്ങി.

പാഴ്സി കണക്ക്

സമയം ഏതാണ്ട് ഉച്ചയോടടുത്തു. ബല്ലാർഡ് എസ്റ്റേറ്റ് എത്തിയപ്പോൾ ശശി പറഞ്ഞു: ''ഇവിടെ നിന്നും ഭക്ഷണം കഴിക്കാം. നിനക്ക് ഒരു സ്പെഷ്യൽ ഡിഷ് വാങ്ങിത്തരാം.''

ശശിയുടെ ഓഫീസ് മുമ്പ് ഇവിടെ ആയിരുന്നു. അതുകൊണ്ട് ഭോജനശാലകൾ കൂടുതൽ പരിചയം കാണും. എങ്കിൽ ആയിക്കോളൂ എന്നായി ഞാൻ. പുതിയ മേൽപാലങ്ങളിലൂടെ യാത്ര ചെയ്തപ്പോൾ വേഗം ഇവിടെ എത്തി. അരുകിൽ മതിലുകൾ കെട്ടിയ പുതുപാലങ്ങൾ പല സ്ഥലങ്ങളെയും വിസ്മൃതിയിൽ തള്ളി. പുതിയ പേരുകൾ നൽകി നഗരം മാറുന്നതിൽ എന്തോ ഒരു നഷ്ടബോധം തോന്നി. നഗരങ്ങൾക്ക് മുകളിലൂടെ മേല്പാലങ്ങൾ വരുമ്പോൾ പലപ്പോഴും അങ്ങനെയാണ്. പല പഴയ കാഴ്ചകളും നഷ്ടപ്പെടും. കഴിഞ്ഞ ദിവസം ദാദറിലൂടെ യാത്ര ചെയ്തപ്പോഴും ഇങ്ങനെ തോന്നിയിരുന്നു.

ബല്ലാർഡ് എസ്റ്റേറ്റിലും ഫോർട്ടിലും ഉള്ള കെട്ടിടങ്ങൾക്കു ഒരു പ്രത്യേക പ്രൗഢിയാണ്. കരിങ്കല്ലിൽ പണിത കെട്ടിടങ്ങളും തണൽ നൽകുന്ന മരങ്ങളും. അങ്ങനെ ഒരു ബിൽഡിങ്ങിലാണ് ഒരു കോഴി യുടെ ചിത്രം ഉള്ള ആ റെസ്റ്റോറന്റും. ഈ റെസ്റ്ററന്റിന് ഒരു നൂറുവർഷ ത്തിനടുത്തു പഴക്കമുണ്ട്. ബ്രിട്ടാനിയ ആൻഡ് കമ്പനി എന്ന റസ്റ്റോ റന്റിൽ കയറുമ്പോൾ ശശി പറഞ്ഞു. രണ്ടാം ലോകമഹായുദ്ധത്തിന് മുമ്പ് തുടങ്ങിയതാണ്. ഞങ്ങളുടെ ഒപ്പം ഗൗതമും ഉണ്ടായിരുന്നു.

ബോംബയിലെ ഇറാനി പാഴ്സി റെസ്റ്റോറന്റുകൾ ഒരു പ്രത്യേക രീതിയിൽ ആയിരിക്കും ക്രമീകരിച്ചിരിക്കുക. മരത്തിന്റെ ചെറിയ മേശ. മരത്തിന്റെ കസേര. കറുത്ത മരങ്ങൾ കൊണ്ടുള്ള മേശകളും കസേര കളും ആയിരിക്കും. കരിവീട്ടി പോലെ എന്തോ മരം. ചാരിയിരിക്കാ നുള്ള ഭാഗത്തു കാറ്റ് കടക്കാനുള്ള സൗകര്യത്തിനു കടഞ്ഞെടുത്ത വടികൾ അടുക്കിയ ബാക് റസ്റ്റ്. പിന്നെ വെള്ളയും ചുവപ്പും കലർന്ന മേശവിരികൾ. കുട്ടികളുടെ സ്കൂൾ യൂണിഫോം പോലത്തെ കള്ളി തുണികൾ. ആർമി ആൻഡ് നേവി ബിൽഡിങ്ങിനടുത്തുള്ള ഒരു ഇറാനി

റെസ്റ്റോറന്റിൽ നിന്നും ഏതോ ലഘുഭക്ഷണം ഒരിക്കൽ കഴിച്ചതോർക്കുന്നു. അവിടെയും സീറ്റിങ് എല്ലാം ഇതുപോലെ തന്നെ.

വളരെ കൗതുകത്തോടെയാണ് പാഴ്സികളെ കണ്ടിട്ടുള്ളത്. പകുതി പുരുഷനും പകുതി മൃഗവും ആയി തോന്നുന്ന ചിറകുള്ള മാലാഖമാരുടെ (winged angels) പ്രതിമകൾ അഗ്നിക്ഷേത്രങ്ങളുടെ (fire temples) പടിക്കൽ കൗതുകത്തോടെ നോക്കിക്കണ്ടിട്ടുണ്ട്. ശവശരീരം കഴുകന് ഭക്ഷിക്കാൻ കൊടുക്കുന്ന 'ടവർ ഓഫ് സൈലൻസ്' മറ്റൊരു വിചിത്ര കാഴ്ച. അതൊക്കെ അകലെ നിന്നേ കാണാൻ പറ്റിയിട്ടുള്ളൂ. പിന്നെ കൗതുകത്തോടെ വായിച്ചറിഞ്ഞ അറിവുകൾ. മുമ്പ് കുറെ പാഴ്സി സഹപ്രവർത്തകർ ഉണ്ടായിരുന്നു. ടാറ്റാ എന്ന പാഴ്സി കമ്പനിയിൽ ഒരുമിച്ചു ജോലി ചെയ്തിരുന്നവർ. ബറൂച്ചയും ദുബാഷും ഫോർബ്സും എൻജിനീയറും ആന്റിയായും മിസ്ട്രിയും എല്ലാം അതിൽ ചിലർ മാത്രം. ഇപ്പോഴും അടുപ്പം സൂക്ഷിക്കുന്ന ചില പാഴ്സി സുഹൃത്തുക്കൾ എനിക്കുണ്ട്. പൊതുവെ ഫൺ ലവിങ് ആയ നല്ല മനുഷ്യർ. തമാശ പറയാത്ത ഒരു പാഴ്സി ഉണ്ടെങ്കിൽ അത് മരിച്ചവനായിരുക്കും എന്നാണ് ചൊല്ല്. സരസസംഭാഷണങ്ങളിലൂടെ ഓർമ്മയിൽ നിൽക്കുന്ന ബാവാജി (പാഴ്സികളെ അങ്ങനെയും വിളിക്കാം) സുഹൃത്തുക്കൾ.

ഈസ്റ്റ് ഇന്ത്യ കമ്പനിയുടെ ഒരു പ്രധാനകേന്ദ്രമായി ബോംബെ വികസിക്കുമ്പോൾ ആ വികസനത്തിന്റെ മുൻനിരയിൽ പല പാഴ്സികളും ഉണ്ടായിരുന്നു. ടാറ്റയുടെ ബിസിനസ്സ് സാമ്രാജ്യം ഇന്ത്യയുടെ സാമ്പത്തിക പുരോഗതിക്കും സ്വയംപര്യാപ്തതയ്ക്കും നൽകിയ സംഭാവനകൾ വലുതാണ്. അവരുടെ ഉദാരമായ സംഭാവനകളുടെ കരസ്പർശം എല്ലാ മേഖലകളിലെ വികസനങ്ങൾക്കും ഒട്ടേറെ സഹായിച്ചിട്ടുണ്ട്.

പ്രമുഖ നിയമജ്ഞന്മാരും രാഷ്ട്രീയനേതാക്കന്മാരും ശാസ്ത്രജ്ഞന്മാരും ഉന്നതസൈനികരും എല്ലാം പാഴ്സികളുടെ സംഭാവനകൾ ആണ്. നാനി പാൽക്കിവാലയും സോളിസോർബിജിയും ദാദാഭായ് നവറോജിയും ഫിറോസ് ഷാ മേഹ്തയും ഫിറോസ് ഗാന്ധിയും ഹോമി ബാബയും സാം മനേക്ഷയും സുബിൻ മേത്തയും അടങ്ങുന്ന ഈ ലിസ്റ്റിൽ എണ്ണപ്പെട്ട എത്ര എത്ര ബിസിനസ് നായകന്മാരും ഉണ്ട്. ഗോദ്റെജ്, വാഡിയ, റെഡിമണി, ജീജോബോയ്, ഫോർബ്സ്, പൂനാവാലാ തുടങ്ങിയവർ. എന്നും വളരെ ആദരവോടെ ഓർക്കുന്ന പേരുകൾ. ടാറ്റാ ഇൻസ്റ്റിറ്റ്യൂട്ട്സ് പിന്നെ ഹോസ്പിറ്റൽസ്, സാംസ്കാരിക കേന്ദ്രങ്ങൾ, കോളേജുകൾ ബോംബെയെ രൂപപ്പെടുത്തുന്നതിൽ ഇവർ ചെയ്ത സംഭാവനകൾ അനുസ്മരിക്കാതെ ആർക്കും ബോംബെയെ ഓർത്തെടുക്കാൻ പറ്റില്ല. ബോംബെ വി.ടി. സ്റ്റേഷനിൽ നിന്നും പുറത്തിറങ്ങി നഗരത്തിന്റെ റോഡുകളുടെ പേരുകൾ പലതും ഇവിടെ ജീവിച്ച

വ്യക്തിമുദ്ര പതിച്ചു പോയ പല പാർസികളുടെയും ആണ്. ഡി.എൻ. റോഡും മാഡം കാമറോഡും ജെ.ജെ. സ്കൂളും ജഹാംഗീർ ആർട് ഗാലറിയും താജ്മഹൽ ഹോട്ടലും എല്ലാം അവരെ ഓർമ്മിപ്പിക്കുന്നു.

ഇറാന്റെ പഴയ പേര് പേർഷ്യ എന്നായിരുന്നു. സൊറസ്ട്രിയൻ മതത്തിൽ വിശ്വസിച്ചിരുന്ന ഒരു കൂട്ടം ആളുകൾ അറബികളുടെ ഇസ്ലാം കടന്നുകയറ്റത്തിൽ നിന്നും രക്ഷപ്പെട്ട് സ്വന്തം വിശ്വാസത്തിന് അനുസരിച്ചു ജീവിക്കാൻ ഏഴു കപ്പലുകളിലായി ഇന്ത്യയിലേക്കു യാത്ര തിരിച്ചു. ആദ്യം ഡിയു തീരത്തു വന്നുചേർന്ന അവർ പിന്നീട് അഭയം തേടിപ്പോയത് ജതിറാണാ രാജാവിന്റെ അടുത്താണ്. രാജാവിനെ കാണാൻ അവർ ചെന്നപ്പോൾ ഈ നാട്ടിൽ അതിനു സൗകര്യം ഇല്ലെന്ന് കാണിഥാൻ ഒരു പാത്രം പാൽ നിറച്ചുകൊണ്ട് വരാൻ പറഞ്ഞു. ജനങ്ങൾ തിങ്ങിനിറഞ്ഞ ഒരു രാജ്യമാണെന്നും ഇതിൽ ഇനിയും ആളുകളെ ഉൾക്കൊള്ളാനാവില്ലെന്ന് അറിയിക്കാനാണ് രാജാവ് അങ്ങനെ ചെയ്തത്. അതിനു മറുപടിയായി അഭയം വന്നവരുടെ കൂട്ടത്തിൽ ഒരാൾ കുറച്ചു പഞ്ചസാര കൊണ്ടു വന്ന് പാലിൽ അലിയിച്ചു കാണിച്ചു കൊടുത്തു. പഞ്ചസാര പാലിനെ മധുരമുള്ളതാക്കും എന്നും പാല് തുളുമ്പാതെതന്നെ അത് സാധിക്കുമെന്നും ഇത് തെളിയിച്ചു. അത് ഇഷ്ടപ്പെട്ട രാജാവ് കുറച്ചു നിബന്ധനകൾ പാലിച്ചാൽ അഭയം കൊടുക്കാമെന്നു സമ്മതിച്ചു. പേർഷ്യൻ ഭാഷ ഉപേക്ഷിച്ചു ഗുജറാത്തി ഭാഷ സ്വീകരിക്കണം, സ്ത്രീകൾ സാരി ധരിക്കണം, പുരുഷന്മാർ ആയുധം ഉപേക്ഷിക്കണം, രാജ്യത്തോട് കൂറ് പുലർത്തണം തുടങ്ങിയ ആവശ്യങ്ങൾ അംഗീകരിച്ചും അവരുടെ മതവിശ്വാസങ്ങൾ പാലിച്ചും പാഴ്സികൾ ഇന്ത്യൻ ചരിത്രത്തിന്റെ ഭാഗമായി ഇഴുകിച്ചേർന്നു.

പൊതുവേ ശാന്തശീലരാണ് പാഴ്സികൾ. പാഴ്സികളെ ബിട്ടീഷുകാർക്ക് പൊതുവേ ഇഷ്ടമായിരുന്നു. അവരുടെ ഇംഗ്ലീഷ് പരിജ്ഞാനവും എന്ത് ജോലിയും ചെയ്യാനുള്ള സന്നദ്ധതയും പിന്നെ റിസ്ക് എടുക്കാനുള്ള താല്പ്പര്യവും കാരണം ബ്രിട്ടീഷ് ഇന്ത്യയിലെ ആദ്യകാലങ്ങളിൽ, ഉയർന്ന തസ്തികകൾ പലതും പാഴ്സികൾ നേടിയെടുത്തു. ചൈനയുമായുള്ള കച്ചവടങ്ങൾ പലതും പാഴ്സി ബിസിനസ്സുകാർ ആണ് തുടങ്ങിയത്. കറുപ്പ് (opium) കച്ചവടവും തുണിമില്ലുകളും വ്യാപാരസ്ഥാപനങ്ങളും അവരാണ് ആദ്യം തുടങ്ങിയത്.

പാഴ്സികൾ തെരുവിലിറങ്ങി ബ്രിട്ടീഷുകാർക്ക് എതിരെ പ്രതിഷേധങ്ങൾ സംഘടിപ്പിച്ചെന്ന് പറയുമ്പോൾ വിശ്വസിക്കാൻ ബുദ്ധിമുട്ടാണ് അല്ലേ? എങ്കിൽ ബോംബെ ഫോർട്ട് ഏരിയയിൽ തെരുവിൽ ഇറങ്ങി ബ്രിട്ടീഷ് നിയമത്തിനെതിരെ ഇന്ത്യയിലെ ആദ്യത്തെ കലാപക്കൊടി ഉയർത്തിയത് പാഴ്സികളാണത്രേ. അതിന്റെ പിന്നിൽ ഒരു രസകരമായ കഥയും ഉണ്ട്.

ആയിരത്തി എണ്ണൂറ്റി മുപ്പത്തിരണ്ടിൽ തെരുവ്നായ്ക്കളെ കൊല്ലാൻ ബോംബെ സർക്കാർ ഒരു ഉത്തരവ് ഇറക്കുന്നു. നായപിടുത്തക്കാർക്കുള്ള സമ്മാനം വാങ്ങിക്കാൻ ചിലർ വീട്ടുനായ്ക്കളെയും കൊല്ലാൻ തുടങ്ങി. മരണശേഷം ഒരു നായയാണ് ആത്മാവിനെ സ്വർഗത്തിലേക്കുള്ള വഴി കാട്ടികൊടുക്കുക എന്ന് വിശ്വസിച്ചിരുന്ന പാഴ്സികൾക്കു നായ്ക്കൾ ഒരു സംസ്കാരത്തിന്റെ ഭാഗം ആയിരുന്നു. അവർ പ്രതിഷേധവുമായി തെരുവിൽ ഇറങ്ങി. ഒടുവിൽ സർക്കാർ ഈ നിയമം പിൻവലിക്കേണ്ടി വന്നു. ഡോഗ് റയറ്റ് എന്ന് ചരിത്രത്തിൽ എഴുതപ്പെട്ട ഒരു സമരം. അന്ന് ഈ സമരം നടന്നതും ഇതിനടുത്ത് എവിടെയെങ്കിലും ആയിരിക്കും. നഗരത്തിൽ എല്ലാതരം ആളുകളും വേണമെന്ന് ബ്രിട്ടീഷുകാർക്ക് തോന്നിയത് ഈ കലാപത്തിന് ശേഷമാണ്. നഗരം കൂടുതൽ കോസ്മോപൊളിറ്റിൻ ആയത് ഒരുപക്ഷേ അതിനുശേഷം ആയിരിക്കും.

ഉന്തിയ വലിയ മൂക്കും. സോഡാഗ്ലാസ് കണ്ണടയും വെച്ച് കൗണ്ടറിൽ ഇരിക്കുന്ന വയസ്സനെ ചൂണ്ടി ശശി പറഞ്ഞു. ‘‘ഇദ്ദേഹമാണ് മുതലാളി.’’ ബ്രിട്ടിഷ് മഹാറാണിപോലും ഇവിടത്തെ ഭക്ഷണം കഴിച്ചിട്ടുണ്ടത്രേ. അവിടെവിടെയായി ചില ഫോട്ടോകളും കൊടികളും തൂക്കിയിട്ടുണ്ട്. ഇതിനകം ശശി ഭക്ഷണം ഓർഡർ ചെയ്തിരുന്നു. ചിക്കൻ ബെറി, പുലാവ് പിന്നെ മട്ടൺ ധാംശക്. പിന്നീട് ഏതോ മധുരം. വിവിധ തരത്തിലുള്ള ബെറികൾ ചേർത്തുണ്ടാക്കുന്ന ഒരു സ്പെഷ്യൽ പേർഷ്യൻ ഫുഡ്. ഉഷയ്ക്ക് ഈ ഫുഡ് ഇഷ്ടമാണ്. ഒരു പാർസൽ കൂടി വാങ്ങിക്കാം. ശശി ഇഷ്ടം ഉറപ്പിച്ചു. വ്യത്യസ്തമായ ഒരു ഭക്ഷണം. എല്ലാ വ്യത്യസ്തതകൾക്ക് ഇടയിൽ സ്വന്തം സ്വത്വം നിലനിർത്തുന്ന പാഴ്സികളുടെ കയ്യൊപ്പു പതിഞ്ഞ രുചിസാക്ഷ്യം ആയി ബെറിപുലാവും ബ്രിട്ടാനിയ റെസ്റ്റോറന്റും മനസ്സിൽ പതിഞ്ഞു.

അപ്നാ ഘർ

നഗരം എത്ര വേഗമാണ് വളരുന്നത്? എല്ലാ ദിശകളിലും മുഖം മിനുക്കി നഗരം വളരുന്നു. താനെയിലെ ഘോഡ്ബന്ദർ റോഡിലൂടെ യാത്ര ചെയ്യുമ്പോൾ മുമ്പ് അതിലെ പോയ യാത്രകൾ ഓർത്തു. അന്ന് റോഡിന് ഇത്ര വീതി ഇല്ല. വലിയ ഭാരം ചുമന്നു പോയിരുന്ന ട്രക്കുകൾ ആയിരുന്നു റോഡിൽ നിറയെ. മിക്കവാറും എല്ലാ നഗരങ്ങളിലും ചേക്കേറുന്നവരുടെ ഏറ്റവും വലിയ പ്രശ്നം നല്ല ഒരു താമസസ്ഥലം കണ്ടെത്തുകയാണ്. ഓരോരുത്തരും അവരുടെ പോക്കറ്റിന് ഒതുങ്ങുന്ന സ്ഥലങ്ങൾ തേടി പോകും. ആദ്യം വാടകയ്ക്ക് കുറെക്കാലം താമസിക്കും. സർക്കാർ കോളനികളും പ്രൈവറ്റ് കെട്ടിടങ്ങളും ആളുകൾക്ക് പാർപ്പിടങ്ങൾ ഒരുക്കുന്നു. അതിനു പറ്റാത്തവർ അകലെ ഏതെങ്കിലും റെയിൽവേ സ്റ്റേഷന് അടുത്തുള്ള ഒരു താമസസ്ഥലം തേടിപിടിക്കും. സബർബൻ ട്രെയിൻ ഉണ്ടെങ്കിൽ ആർക്കും ദൂരം തടസ്സം അല്ല. ധാരാവിയിലെയും സാക്കിനാക്കയിലെയും ചേരികളിൽ വളരെ പരിമിതമായ ജീവിതസാഹചര്യങ്ങളിൽ തുടങ്ങി എല്ലാ സൗകര്യങ്ങളും ഉള്ള മലബാർ ഹില്ലിലെയും പെഡർ റോഡിലേയും ജുഹുവിലെയും മണിമാളികകൾ വരെ പലതരം താമസ ഇടങ്ങളും ബോംബെയിൽ ഉണ്ട്. ഒരുപക്ഷേ എല്ലാ നഗരങ്ങളിലും ഇതിന്റെ വകഭേദങ്ങൾ കാണാം.

ബോംബെ നഗരത്തിൽ ചില ഇടങ്ങളിൽ ആളുകൾ പാർക്കുന്ന പാർപ്പിടസമുച്ചയമാണ് ചാളുകൾ. വേറെ നഗരങ്ങളിൽ ഇത്തരം താമസ ഇടങ്ങൾ അപൂർവമായിരിക്കും. വളരെ കൗതുകമുള്ള ഒരു സാമൂഹ്യ ജീവിതരീതിയാണ് ചാളുകളിലേത്. മൂന്നോ നാലോ നിലകൾ ഉള്ള നീണ്ട കെട്ടിടങ്ങൾ. നീളത്തിൽ ഉള്ള വരാന്തകൾ. പൊതുഗോവണികൾ. ഒന്നോ രണ്ടോ മുറികൾ ഉള്ള ചെറിയ താമസഇടം. സ്വന്തം അടുക്കള, അഞ്ചോ പത്തോ വീട്ടുകാർക്ക് ഉപയോഗിക്കാൻ ഓരോ ഫ്ളോറിലും പൊതുശൗചാലയങ്ങൾ. മിക്കവാറും ഇതിനു അഭിമുഖമായി വേറെയും ഇതുപോലെയുള്ള നീളൻ കെട്ടിടങ്ങൾ. രണ്ടു ബിൽഡിങ്ങിനും ഇടയിൽ കുറച്ചു ഒഴിഞ്ഞ ഇടങ്ങൾ. നാല്കെട്ടുപോലെ നാല് ബിൽഡിങ്ങുകളും

ആവാം. ഒരു നടുമുറ്റവും ചിലപ്പോൾ കാണും. വീട്ടിൽ ആളുകൾ കൂടുതൽ ആവുമ്പോൾ പൊതുവരാന്തകളിൽ നിരന്നു കിടക്കുന്ന വീട്ടുകാർ. പൊതുവരാന്തകളിൽ ഓടിക്കളിക്കുന്ന കുട്ടികൾ.

ബോംബയിലെ ടെക്സ്റ്റൈൽ മില്ലുകളിലെ തൊഴിലാളികൾക്കുവേണ്ടി ഒരു നൂറ്റാണ്ട് മുമ്പ് പണി കഴിപ്പിച്ച ഈ താമസഇടങ്ങളിൽ തൊഴിലാളികളുടെ കുടുംബങ്ങളും താമസം തുടങ്ങിയപ്പോൾ അത് പുതിയ ഒരു ജീവിതരീതിയായി പരിണമിച്ചു. അടുത്ത് ഇടപഴകി ഏറെ അടുപ്പത്തിലും ചിലപ്പോൾ വഴക്കിലും സഹവസിക്കുന്ന കുടുംബ യൂണിറ്റുകൾ. സായി പരഞ്ച് പേയുടെ കഥ എന്ന സിനിമയിലും വേറെ ചില ബോളിവുഡ് സിനിമകളിലും വരച്ചു കാട്ടിയ ഒരു ജീവിതരീതി. കുട്ടികളും പ്രായമായവരും ജീവിതം ആഘോഷമാക്കുന്ന ജീവിത മുഹൂർത്തങ്ങൾ. ഒപ്പം സ്വകാര്യത നഷ്ടപ്പെട്ടു ജീവിക്കുന്നതിന്റെ ബുദ്ധിമുട്ടുകളും. ഇന്ന് ഈ ചാളുകൾ ബഹുനിലകെട്ടിടങ്ങൾക്കു വഴിമാറി കൊടുക്കുന്നു. ബോളിവുഡിലെ ഗോവിന്ദയും വേറെ ചില നടന്മാരും ഇത്തരം ചാളുകളിലൂടെ ബാല്യം ചിലവിട്ടവരാണ്.

ബോംബെയിലെ താനെയിൽ ഞാൻ ഒരു ഫ്ളാറ്റ് വാങ്ങിച്ചിരുന്നു. കുറച്ചുനാൾ അത് പൂട്ടിയിട്ടു. പിന്നെ കുറച്ചുനാൾ മനുവിന് വാടകയ്ക്ക് കൊടുത്തു. മനുവിന് അത് വിൽക്കാൻ തീരുമാനിച്ച് രജിസ്ട്രേഷൻ നടത്താൻ വേണ്ടി ബോംബെയിൽ വന്നതാണ്. ഫ്ളാറ്റ് വാങ്ങിയെങ്കിലും അവിടെ താമസിച്ചിട്ടില്ല. ഫ്ളാറ്റിലേക്ക് പോകുന്നതിന് മുമ്പ് അത് വാങ്ങിയ കാലത്തേക്ക് ഒന്ന് തിരിച്ചുപോയാലോ?

ഫിലിം ക്ലബ്ബ് ഓഫ് വാഷി രൂപീകരിച്ച് ഞങ്ങൾ ചില ഫിലിം ഫെസ്റ്റിവലുകൾ സംഘടിപ്പിച്ചു. 'എ.കെ.ജി' എന്ന് ഞങ്ങൾ വിളിച്ചിരുന്ന എ.കെ. ഗോവിന്ദേട്ടൻ ആയിരുന്നു ക്ലബ്ബിന്റെ പ്രസിഡണ്ട്. രാമഭദ്രൻ സെക്രട്ടറി. കൂട്ടത്തിൽ ചാർളി ചാപ്ലിൻ സിനിമകളുടെ ഒരു ഫെസ്റ്റിവൽ ഉണ്ടായിരുന്നു. ഫെസ്റ്റിവൽ ഉത്ഘാടനം ചെയ്യാൻ മുഖ്യഅതിഥിയെ ക്ഷണിക്കാൻ ബാന്ദ്ര പാലി ഹില്ലിൽ, ബോളിവുഡ് സംവിധായകൻ ബസു ഭട്ടാചാര്യയെ ക്ഷണിക്കാൻ പോയ സുഖകരമായ ഓർമ്മ ഇന്നും മനസ്സിൽ ഉണ്ട്.

ഫിലിം ക്ലബ്ബിന്റെ സിനിമാപ്രദർശനങ്ങൾ കാണാൻ പോകുമ്പോഴാണ് ഗോപാലകൃഷ്ണനുമായി കൂടുതൽ പരിചയം ആയത്. ഗോപി എന്റെ സീനിയർ ആയി തൃശൂർ ശ്രീ കേരളവർമ്മ കോളേജിൽ പഠിച്ചിരുന്നു. ഗോപിയുടെ അടുത്ത സുഹൃത്തുക്കളായ നരേന്ദ്രനും കൃഷ്ണമോഹനും എന്റെയും സുഹൃത്തുക്കളായി. അന്നൊന്നും ഞങ്ങളുടെ ആരുടെ വീട്ടിലും വിസിആറും കളർ ടിവിയും ഒന്നും ഇല്ല. ഇടയ്ക്ക് കളർ ടിവിയും വിസിആറും കുറച്ചു മലയാളം കാസറ്റുകളും എല്ലാം വാടകയ്ക്കെടുത്ത് ഞങ്ങൾ ഗോപി താമസിക്കുന്ന റോ ഹൗസിൽ (സിഡ്കോ

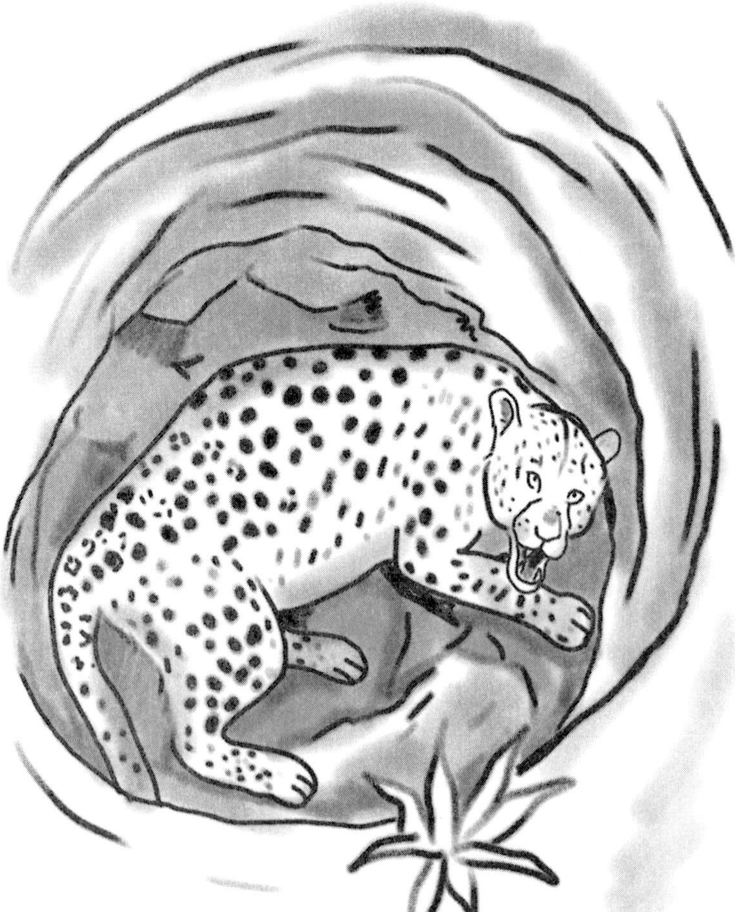

ആർ.എച്ച്. ടൈപ്പ് ബിൽഡിംഗ്) ചില വാരാന്ത്യദിവസങ്ങളിൽ ഒത്തു ചേരും. കിരീടവും ഒരു വടക്കൻ വീരഗാഥയും ദശരഥവും ഇങ്ങനെ വാടകയ്ക്കെടുത്ത വിസിആറിൽ കണ്ട് ആസ്വദിച്ചു.

അങ്ങനെയുള്ള ഏതോ ഒരു കൂടിച്ചേരലിൽ ആണ് വാടകവീട്ടിൽ നിന്നും എങ്ങനെ മോചനം നേടാം എന്ന ചർച്ച ഉണ്ടായത്. നഗരത്തിൽ ചേക്കേറുന്ന എല്ലാ ചെറുപ്പക്കാരുടെയും ഒരു പ്രധാന ചെലവ് വാടകയാണ്. കുറെ കാലമായി വാടകവീടുകളിൽ താമസിക്കുന്നു. ഡൗൺ പേയ്മെന്റ് കൊടുക്കാൻ കുറച്ചു പൈസ സംഘടിപ്പിച്ചാൽ ബാക്കി ലോൺ കിട്ടും. അത് പതിനഞ്ചു കൊല്ലം കൊണ്ട് അടച്ചുതീർത്താൽ മതി. എച്ച്.ഡി.എഫ്.സി എന്ന പേരിൽ ഹൗസിങ് ഫിനാൻസ് ചെയ്യുന്ന കമ്പനിയുടെ ഹെഡ് ഓഫീസ് വാഷി ഹൈവേയിൽ ആണ്. അവിടെ പോയി അന്വേഷിച്ചു ലോൺ ഉറപ്പാക്കി.

വാഷിയിൽ പ്രൈവറ്റ് ബിൽഡിങ്ങിന് എല്ലാം നല്ല റേറ്റ് ആയി ത്തുടങ്ങി. നെരൂളിലും സിബിഡിയിലും പ്രൈവറ്റ് ബിൽഡിങ്സ് ഇല്ല (അന്ന്) ചെമ്പൂരും ഘാട്കോപറും ഒക്കെ നല്ലവില തന്നെ. അങ്ങനെ തിരച്ചിലിനൊടുവിൽ നഗരത്തിൽ നിന്നും മാറി കാടുകൾക്കും അപ്പുറം, ഘോഡ്ബന്ദർ റോഡിൽ ഉള്ള ദേവ്ദർശൻ എന്ന ഹൗസിങ് പ്രൊജക്റ്റ് ആരോ കണ്ടുപിടിച്ചു. ബഡ്ജറ്റിൽ ഒതുങ്ങുന്ന ഒരു വീടിന്റെ അന്വേഷണമാണ് ഞങ്ങളെ ഡോൺഗ്രി പാടയിൽ എത്തിച്ചത്. ഞങ്ങൾ പ്രൊജക്റ്റ് കാണാൻ പോയി. അന്ന് ആ ഏരിയ വികസിച്ചുവരുന്നേ ഉള്ളൂ. താനെ സിറ്റി ബസ് സ്റ്റോപ്പ് കുറച്ച് അകലെയാണ്. താനെയിൽ നിന്ന് ഓട്ടോ കിട്ടും. പിന്നെ മെയിൻ റോഡ് ആയതുകൊണ്ട് സ്റ്റേറ്റ് ട്രാൻസ്പോർട്ട് ബസ്സും കിട്ടും. സൈറ്റിന്റെ അപ്പുറം കുറച്ചു മാറി ചെറിയ കുന്നുകളും കാടുകളും. ഇവിടെ നല്ല ശുദ്ധവായു കിട്ടുന്ന സ്ഥലമാണ്. കുറച്ചു നീങ്ങിയാൽ ബോറിവലി നാഷണൽ പാർക്ക്. സ്ഥലം കാട്ടി ത്തരാൻ വന്ന ബ്രോക്കർ പറഞ്ഞു. അവിടെ നിന്ന് അന്യമൃഗങ്ങൾ ഒന്നും ഇറങ്ങിവരില്ലല്ലോ എന്ന് ഞങ്ങൾ തമാശ പറഞ്ഞു.

താനെയിൽ നിന്നും ബോറിവലി പോവുന്ന റോഡ് ആണ് ഘോഡ് ബന്ദർ റോഡ്. ഈസ്റ്റേൺ എക്സ്പ്രസ്സ് ഹൈവേ റോഡും വെസ്റ്റേൺ എക്സ്പ്രസ്സ് റോഡും ബന്ധിപ്പിക്കുന്ന ഒരു റോഡാണ് ഇത്. അഞ്ഞൂറു വർഷങ്ങൾക്കു മുമ്പ് പോർച്ചുഗീസുകാർ അറേബ്യൻ പേർഷ്യൻ കുതിരകളെ കടൽമാർഗം കൊണ്ട് വന്നിരുന്നത് ഇതിന്റെ അടുത്തുള്ള തുറമുഖം വഴി ആയിരുന്നത്രെ. അവിടെ അവർ ഒരു കോട്ട കെട്ടി. കുതിരപ്പന്തി ഇവിടെ ആയിരുന്നിരിക്കണം. സ്ഥലത്തിന് ഘോടാഗാവ് എന്ന പേരും വീണു. കുതിരകളുടെ ഗ്രാമം. ഘോടാഗാവ് പിന്നീട് ഘോഡ് ബന്ദർ ആയി മാറി. കുതിരകളെ കൊണ്ടുവരുന്ന തുറമുഖം ആയതു കൊണ്ടാവാം. ബന്ദർ എന്നാൽ തുറമുഖം. ഈ കോട്ട കുറെക്കാലം

പോർച്ചുഗീസുകാർ കാത്തു. പിന്നീട് അത് മറാഠ സാമ്രാജ്യത്തിന്റെ കീഴിലും. ഒടുവിൽ ഈസ്റ്റ് ഇന്ത്യ കമ്പനിയുടെ താനെ ഹെഡ്ക്വാർട്ടേഴ്സ് ആയത്രേ ഘോഡ്ബന്ദർ ഫോർട്ട്. എന്തായാലും ഘോഡ്ബന്ദർ റോഡ് എന്ന പേര് ഇന്നും നിലനിൽക്കുന്നു.

ഞങ്ങൾ നാലുപേരും ദേവ്ദർശൻ പ്രോജക്ടിൽ ഫ്ളാറ്റ് ബുക്ക് ചെയ്തു. ഗോപിയും കൃഷ്ണമോഹനും അവിടേക്ക് താമസം മാറ്റി. നരേന്ദ്രന്റെ ഫ്ളാറ്റിൽ ഗിരിജയുടെ അനിയത്തി ഗീത താമസം തുടങ്ങി. അപ്പോഴേക്കും ഞാൻ പ്രവാസി ആയി മാറി. അതുകൊണ്ട് ഞാൻ താമസം മാറിയില്ല.

ഫ്ളാറ്റ് വിൽപ്പനയ്ക്ക് പോയപ്പോഴാണ് ആ കഥ മനു വിവരിച്ചത്. പുലി വരുന്നേ പുലി വരുന്നേ എന്ന് പറഞ്ഞ് അവസാനം പുലി വന്ന കഥ. വെറും കഥയല്ല. നടന്ന കഥ. മഹാനഗരത്തിൽ പുലി ഇറങ്ങുമോ എന്നല്ലേ നെറ്റി ചുളിച്ചുള്ള നിങ്ങളുടെ ചോദ്യം. എന്നാൽ കേട്ടോളൂ. ആയിരത്തി തൊള്ളായിരത്തി തൊണ്ണൂറ്റിഅഞ്ചിലെ സംഭവമാണ്. ഞങ്ങളുടെ സൊസൈറ്റിയുടെ കോമ്പൗണ്ടിൽ ഉള്ള ഒരു മരത്തിന്റെ അടുത്ത് ഒരു പ്രതിഷ്ഠ ഉണ്ട്. പൂജ ചെയ്യാനുള്ള ചെറിയ ഒരു സംവിധാനം. പ്രഭാതപൂജയ്ക്കെത്തിയ പൂജാരിയാണ് ആദ്യം കണ്ടത്. മരത്തിനോട് ചേർന്ന ഒരു കുഴിയിൽ, ദേ, കിടക്കുന്നു ഒരു പുലി. എന്തോ ചെറു പരിക്കുകൾ പറ്റിയിട്ടുണ്ടത്രേ. അതിനാൽ വീര്യം കുറവാണ്. എന്നാലും പുലി മെലിഞ്ഞാലും പൂച്ചയാവില്ലല്ലോ. സ്വയം രക്ഷ നോക്കാതെ പറ്റില്ല. ആരൊക്കെയോ കൂടി സൊസൈറ്റിയിലെ കവാടം ഇളക്കി കൊണ്ടുവന്ന് കുഴിയുടെ വായ അടച്ചു. ആളുകൾ ഓടിക്കൂടി. ഫോറസ്റ്റുകാരെ വിളിച്ചു വിവരം പറഞ്ഞു. അവർ വന്ന് മയക്കുവെടി വെച്ച് പുലിയെ ഉറക്കി. പിന്നെ കൂട്ടിലാക്കി. സഞ്ജയ്ഗാന്ധി നാഷണൽ പാർക്കിൽ കൊണ്ടുപോയി വിട്ടു. ഒരു നഗരത്തിൽ ഇത്രയും വലിയ ഒരു കാട് വേറെ എവിടെയുണ്ട്? ബോംബെ ഒരു കോൺക്രീറ്റ് ജംഗിൾ ആണെന്ന് എഴുതുന്നവർക്ക് അറിയാത്ത ഒരു കാടും ഇവിടെ ഒരു വിളിപ്പാടകലെ ഉണ്ട്.

വീട് വാടകയ്ക്ക് കൊടുത്താൽ വാടകക്കാർ മെയിന്റനൻസ് പ്രശ്നവും വെള്ളത്തിന്റെ പ്രശ്നവും ആവും എന്നും പരാതി പറയുക. പുലി ഇറങ്ങിയ പ്രശ്നം കേൾക്കേണ്ടിവന്ന ആദ്യത്തെ ഹൗസ് ഓണർ ആയി ഞാൻ അന്ന് മാറി.

ഓർത്തുവെക്കാൻ ഒരു ഓർമ്മച്ചെപ്പ് കൂടി.

പ്രവാസത്തിന്റെ തുടക്കം

"**മാ**ഷ് ഞങ്ങളെ ഒക്കെ വിട്ടു ഗൾഫുകാരൻ ആകാൻ പോവാണല്ലേ? അപ്പൊ ഒരു ചെലവ് കൂടി വേണം."

വിമാനത്തിന് ഇനിയും കുറെ സമയം ഉണ്ട്. പറഞ്ഞത് രാജേഷ് ആണെന്ന് തോന്നുന്നു. കൂട്ടത്തിൽ ഇളയവൻ രാജേഷ് ആണ്. മറ്റുള്ളവർ എല്ലാം സമപ്രായക്കാർ. പറഞ്ഞത് ശരിയാണല്ലോ? ഞങ്ങൾ എല്ലാവരുംകൂടി കാറിൽ എയർപോർട്ടിലേക്ക് പോകുകയായിരുന്നു. അപ്പോൾ സമയം രാത്രി പന്ത്രണ്ട് കഴിഞ്ഞേ ഉള്ളൂ. ന്യൂബോംബെയിൽ (സിബിഡി) നിന്നും സഹാർ ഇന്റർനാഷണൽ എയർപോർട്ടിൽ എത്താൻ അന്ന് അധികം സമയം എടുത്തില്ല. ഫ്ളൈറ്റ് രാവിലെ എട്ടുമണിക്കോ മറ്റോ ആണ്. അന്ന് ബോംബെയെ ന്യൂബോംബെ ആയി ബന്ധിപ്പിക്കുന്ന പുതിയ പാലത്തിന്റെ പണി നടക്കുന്നേ ഉള്ളൂ. പകൽയാത്രകളിൽ ചെക്നാകയിൽ (ഒക്ടറോയ് ചെക്ക്പോസ്റ്റ്) ട്രക്കുകൾ നിരന്നു കിടക്കുമ്പോൾ യാത്ര ഇഴഞ്ഞു നീങ്ങും. പുതിയ പാലത്തിന്റെ പണി നടക്കുന്ന കാരണം പലപ്പോഴും നേരം വൈകും. വാഷിയിൽ നിന്ന് തീവണ്ടികൾ ഓടിത്തുടങ്ങിയതു തലേവർഷമാണ്. ആദ്യമായി ഒരു വിദേശരാജ്യത്തേക്ക് പോകുകയാണ്.

ബോംബെ നഗരത്തിൽ പത്തുവർഷം കഴിച്ചു കൂട്ടി. ഇതിനിടെ ബോംബെയെ ഇഷ്ടപ്പെടാൻ തുടങ്ങിയിരുന്നു. കുറെ അനുഭവങ്ങൾ. പഠിത്തം ജോലി പിന്നെ അലച്ചിൽ എല്ലാം എല്ലാം ഇനി ഓർമ്മകൾ. കുറച്ചുനാളത്തെ ഗൾഫ്ജീവിതം കൊണ്ട് രണ്ടറ്റവും കൂട്ടിമുട്ടിക്കാൻ എളുപ്പമാകുമെന്ന് കരുതിയാണ് അടുത്ത സുഹൃത്തിന്റെ ചേട്ടൻ അയച്ചു തന്ന ഓഫർ സ്വീകരിച്ചത്. പ്രാരാബ്ധങ്ങൾ കൂടുകയാണല്ലോ? കഴിഞ്ഞ ആറുവർഷം ടാറ്റ ഗ്രൂപ്പിൽ നല്ല ഒരു ജോലി ഉണ്ടായിരുന്നു. അത് വിട്ടു മാറാൻ വിഷമവും ആയിരുന്നു. എന്നാലും കൂടുന്ന ജീവിതചെലവുകൾ ഇവിടം വിട്ടുപോവാൻ പ്രേരിപ്പിച്ചു. ഫ്ളാറ്റ് വാടകയും യാത്രാച്ചെലവും എല്ലാം കഴിഞ്ഞു മിച്ചം ഒന്നും കാണില്ല.

ആലോചിച്ചിരിക്കാൻ സമയം ഇല്ല. തീരുമാനം വേഗം പറയണം. ''വണ്ടി നേരെ അന്ധേരിയിലേക്കു പോകട്ടെ.''

കൂട്ടുകാർ ആഘോഷിക്കാനുള്ള മൂഡിൽ ആണ്. ഞാൻ പച്ചക്കൊടി കാട്ടി. എല്ലാവർക്കും ഉണർവ്വായി. ശശി, നാരായണൻ, സുനിൽ. വേറെ ആരെങ്കിലും ഉണ്ടായിരുന്നോ? ഇല്ലെന്നു തോന്നുന്നു. ശശിയുടെ ഒരു പരിചയക്കാരൻ നായർസാബിന്റെ വണ്ടിയിലായിരുന്നു യാത്ര. മാരുതി ഓമ്നി. ചുവപ്പായിരുന്നോ നിറം? ഓർമ്മയ്ക്ക് അത്ര തെളിച്ചം പോരാ.

സഹാർ എയർപോർട്ടിന് തൊട്ടുമുമ്പിലെ യൂടേൺ എടുത്തു കാർ അന്ധേരിക്കു തിരിച്ചു. പെട്ടെന്ന് ഒരു പൊലീസ് ജീപ്പ് വേഗത്തിൽ ഞങ്ങളെ പിന്തുടർന്ന് ഹോൺ അടിച്ച് വണ്ടി സൈഡ് ആക്കാൻ പറഞ്ഞു.

''എന്താ വണ്ടി റിട്ടേൺ ചെയ്തത്?''

പൊലീസിന്റെ ചോദ്യത്തിന് എനിക്ക് ഉത്തരം ഉണ്ടായിരുന്നു.

''ഞങ്ങൾ കുറച്ചു നേരത്തെ എയർപോർട്ടിൽ എത്തി. ഫ്ളൈറ്റ് പുറപ്പെടാൻ ഇനിയും സമയം ഉണ്ട്. ഇന്ന് ട്രാഫിക് കുറവായിരുന്നു. സമയം ഉള്ളതിനാൽ ഒരു റെസ്റ്റോറന്റിൽ പോകുന്നു.''

''എന്തൊക്കെ സാധനങ്ങൾ ആണ് വണ്ടിയിൽ?''

''ആയിടെ വാങ്ങിയ വലിയ ഒരു വി.ഐ.പി പെട്ടി. പിന്നെ ഒരു ചെറിയ ഹാൻഡ്ബാഗ്.''

''ആരാ യാത്ര പോകുന്നേ?''

''യാത്ര പോകുന്നത് ഞാൻ.''

''എവിടേക്കാണ്?''

''സൗദിയിലേക്ക് പോകുന്നു.''

ഇതുവരെ കുഴപ്പമില്ലാതെ പോയി. അടുത്ത ചോദ്യം ഞങ്ങളെ വെട്ടിലാക്കി.

''ടിക്കറ്റ് എവിടെ, പാസ്പോർട്ട് എവിടെ?''

യാത്ര ചെയ്യുമ്പോൾ ഇതൊക്കെ എന്തായാലും കാണില്ലേ എന്നാവും നിങ്ങൾ ആലോചിക്കുന്നത്. എന്നാൽ ഒരു സത്യം പറയട്ടെ? എന്റെ കൈയിൽ അത് രണ്ടും ഇല്ലായിരുന്നു. അടുത്ത ചോദ്യം വണ്ടിയുടെ ഡ്രൈവറിനോട്.

''വണ്ടിയുടെ രജിസ്ട്രേഷൻ പേപ്പേഴ്സ് എവിടെ?'' അത് ഡ്രൈവറുടെ കൈയിൽ ഇല്ലായിരുന്നു.

ബലേ ഭേഷ് എന്ന് ഇപ്പൊ പറയാം. അല്ലേ? പിന്നെ, മാരുതി ഓമ്നി അന്ന് ഏറ്റവും കുപ്രസിദ്ധമായ വണ്ടി ആയിരുന്നു. പൊല്ലാപ്പാവാൻ

ഇനി വല്ലതും വേണോ? ഞങ്ങൾ സഞ്ചരിച്ചിരുന്ന കാർ ഒരു എക്സ് സർവീസ് ഉദ്യോഗസ്ഥന്റെ ആയിരുന്നു എന്നതായിരുന്നു ആശ്വാസം. വണ്ടിയുമായി അടുത്തുള്ള എയർപോർട്ട് പൊലീസ് സ്റ്റേഷനിൽ ചെല്ലാൻ ഞങ്ങളോട് പറഞ്ഞു. ഇത് നടന്നത് തൊണ്ണൂറ്റി മൂന്ന് ഏപ്രിലിൽ ആണ്. അന്നത്തെ ബോംബെയെ ഒന്ന് ഓർത്തെടുക്കട്ടെ.

പൊതുവെ സമാധാനത്തിൽ കഴിഞ്ഞിരുന്ന ബോംബെയിൽ തൊണ്ണൂറ്റി രണ്ട് ഡിസംബറിലും തൊണ്ണൂറ്റിമൂന്ന് ജനുവരിയിലും വർഗീയ ലഹളകൾ അരങ്ങേറി. പല സൊസൈറ്റികളിലും തിരഞ്ഞുപിടിച്ചു പേര് ചോദിച്ചും രൂപം നോക്കിയും ആളുകളെ ആക്രമിച്ചു. വർഗ്ഗീയത ആളിക്കത്തിക്കാൻ ഇരുവശത്തും ആളുകളും. പത്രങ്ങളും വിഷം വമിച്ചു ലേഖനങ്ങൾ എഴുതി.

ജോലി കഴിഞ്ഞു വി.ടി. സ്റ്റേഷനിൽ നിന്ന് വാഷിയിലേക്കുള്ള ട്രെയിനിൽ പോലും ആളുകൾ കുറവായിരുന്നു. താടി ഒരുമുഖമുദ്ര ആണെന്ന് പറഞ്ഞു സുഹൃത്തുക്കൾ എന്നോട് താടി കളയാൻ പറഞ്ഞു. അങ്ങനെ കളഞ്ഞ താടി വീണ്ടും കിളുർക്കാൻ തുടങ്ങിയിരുന്നു. ഒരു മാസത്തെ സ്വസ്ഥതയ്ക്ക് ശേഷം മാർച്ചിലാണ് വിഖ്യാതമായ മുംബൈ സ്ഫോടനം നടന്നത്. അത് നടന്നു കുറച്ച് ആഴ്ചകളേ ആയിട്ടുള്ളൂ. ഹിന്ദിയിലും മലയാളത്തിലും ഈ സ്ഫോടനങ്ങളെപ്പറ്റി സിനിമ വന്നിട്ടുണ്ട്.) അതിന്റെ സൂത്രധാരന്മാരെ പൊലീസ് തപ്പിക്കൊണ്ടിരിക്കുന്നു. എയർപോർട്ടിൽ സുരക്ഷ വർദ്ധിപ്പിച്ചിരുന്നു.

പൊലീസുകാർ വിശദമായി കാര്യങ്ങൾ ചോദിച്ചറിഞ്ഞു. എനിക്ക് ജോലി ഓഫർ കിട്ടിയത് ഒരു മാസം മുമ്പായിരുന്നു. അതിന്റെ പ്രോസസ്സിംഗ് നടത്താൻ നരിമാൻ പോയിന്റിൽ ഉള്ള ഒരു ട്രാവൽ ഏജന്റിനെ സൗദി കമ്പനി ചുമതലപ്പെടുത്തിയിരുന്നു. അവരെ കോൺടാക്ട് ചെയ്യാൻ ആദ്യം പോയ ദിവസം ഇന്നും ഓർമ്മയുണ്ട്. നരിമാൻ പോയിന്റിലുള്ള അവരുടെ ഓഫീസിൽ ഞാൻ രാവിലെ പോയിരുന്നു. അന്ന് ഉച്ചയ്ക്ക് ശേഷം വീട്ടിൽ എത്തിയപ്പോഴാണ് ബോംബെയെ നടുക്കിയ ബോംബ് സ്ഫോടനത്തിന്റെ വാർത്തകൾ കേട്ടത്. അന്നാണ്, സ്റ്റോക്ക് എക്സ്ചേഞ്ച് ബിൽഡിങ്ങിലും എയർ ഇന്ത്യ ബിൽഡിങ്ങിലും വർലിയിലും എയർപോർട്ടിലും അടക്കം പന്ത്രണ്ട് സ്ഥലങ്ങളിൽ ബോംബ് സ്ഫോടനം ഉണ്ടായത്. ബോംബെ മറക്കാൻ ശ്രമിക്കുന്ന മാർച്ച് 12 അഥവാ ബ്ലാക്ക് ഫ്രൈഡേ.

ജോലി ഓഫർ തന്ന സൗദിയിലെ കമ്പനി നേരിട്ടാണെങ്കിലും മെഡിക്കൽ, വിസ, സ്റ്റാമ്പിങ് പിന്നെ ടിക്കറ്റ് എടുക്കൽ തുടങ്ങിയ സേവനങ്ങൾ ചെയ്യാൻ നരിമാൻ പോയിന്റിൽ മേക്കർ ടവറിൽ ഉള്ള ഒരു തമിഴന്റെ റിക്രൂട്ടിംഗ് കമ്പനിയെയാണ് ഏല്പിച്ചിരുന്നത്. എനിക്ക് പുറമെ ചിലരെ

റിക്രൂട്ട് ചെയ്യാൻ സൗദി കമ്പനി അവരെ ഏല്പിച്ചിരുന്നു. ഗ്രാൻഡ് റോഡിൽ ഉള്ള ഏതോ ക്ലിനിക്കിലെ ഡോക്ടർ ആണ് വൈദ്യപരിശോധന നടത്തുന്നത്. ഇപ്പോൾ ഓർക്കുമ്പോൾ ചിരി വരും. വൈദ്യപരിശോധനയുടെ ഭാഗമായി അന്നൊക്കെ പരിപൂർണ ശരീരപരിശോധനയും ഉണ്ടാവും. ആളുകളെ ഇങ്ങനെ അർദ്ധനഗ്നരായി നിരത്തി നിർത്തിയിട്ടാണ് മെഡിക്കൽ ചെക്കപ്പ്. ഈ മെഡിക്കൽ ഫിറ്റ്നസ് ഉറപ്പാക്കിയ ശേഷമാണ് സ്റ്റാമ്പിങ്. ഇതെല്ലാം ചെയ്യാനായി ഏജൻസി പാസ്പോർട്ട് വാങ്ങിവെച്ചു. അവർക്കും ഒരു ഉറപ്പു വേണമല്ലോ? യാത്രയുടെ പ്രാരംഭം കുറിക്കാൻ ഞാൻ അന്ന് ജോലി ചെയ്തിരുന്ന ലാക്മെ കമ്പനിയിൽ നിന്നും രാജിവെച്ചു. ഒരാഴ്ചയ്ക്കുള്ളിൽ സൗദി വിസ സ്റ്റാമ്പ് ചെയ്തെന്ന് ഏജന്റ് പറഞ്ഞു.

നോട്ടീസ് പീരീഡ് കണക്കാക്കിയാണ് ഏപ്രിൽ പതിനൊന്നിന് രാവിലെ എട്ടുമണിക്കുള്ള സൗദിയ എയർ ലൈൻസിൽ ദഹ്റാനിലേക്കുള്ള ടിക്കറ്റ് എടുത്തത്. ടിക്കറ്റും പാസ്പോർട്ടും വാങ്ങാനായി ഞാൻ ഒരാഴ്ച മുമ്പേ ഏജൻസിയിൽ പോയി. ടിക്കറ്റും പാസ്പോർട്ടും എയർപോർട്ടിൽ വെച്ചേ തരൂ എന്ന് ഏജന്റ് ഉറപ്പിച്ചു പറഞ്ഞു. ആള് കയറിപ്പോയില്ലെങ്കിൽ അവർക്ക് ടിക്കറ്റിന്റെ പൈസ നഷ്ടമാവുമത്രേ. അധികം ബഹളത്തിന് നിന്നാൽ ഞാൻ മെഡിക്കൽ ഫിറ്റ് അല്ലെന്ന് റിപ്പോർട്ട് എഴുതിക്കും എന്നൊരു ഭീഷണിയും. അപ്പോൾ അവർക്കു വേറെ ഒരാളെ എടുക്കാമത്രേ. തല്ക്കാലം അവരെ വിശ്വസിക്കാനും എയർപോർട്ടിൽ വെച്ച് വാങ്ങിയാൽ എന്താ കുഴപ്പം എന്ന് എന്റെ സുഹൃത്തും ചോദിച്ചു.

പൊലീസിന് എന്റെ വിവരണം മുഴുവൻ വിശ്വാസം ആയില്ല. ഈ സമയം ഞങ്ങളുടെ കാർ സഹാർ എയർപോർട്ടിന് സമീപമുള്ള പോലീസ് സ്റ്റേഷനിൽ ആയിരുന്നു. വണ്ടി വിട്ടുകിട്ടാൻ പേപ്പേഴ്സ് ആയി നായർ സാബ് വാഷിയിൽ നിന്നും തിരിച്ചു. ഒരു സുഹൃത്തിനെയും കൂട്ടി എയർപോർട്ട് ഡിപ്പാർച്ചർ ഗേറ്റിൽ പോയി ഏജന്റിനെ കണ്ടു ഡോക്യുമെന്റ്സ് വാങ്ങി വരാൻ എനിക്ക് അനുമതി കിട്ടി. അന്ന് മൊബൈൽ ഫോൺ സൗകര്യം ഒന്നും ഇല്ലല്ലോ. കുറെ കാത്തുനിന്നപ്പോൾ ഏജന്റ് പാസ്പോർട്ടും ടിക്കറ്റും ആയി എത്തി. സമയം ഏതാണ്ട് രാവിലെ ആറുമണി ആയിക്കാണും.

സ്റ്റേഷൻ പരിസരത്തെ കൊതുകുകളുടെ കടി സഹിച്ച് എന്റെ സുഹൃത്തുക്കൾ വണ്ടിയിൽ തന്നെ ഇരുന്ന് ആ രാത്രി കഴിച്ചുകൂട്ടി. തിരിച്ചു സ്റ്റേഷനിൽ പോയി ഡോക്യുമെന്റ്സ് കാട്ടി ബാഗ് വാങ്ങി. ഇതിനിടെ നായർ സാബിന്റെ വണ്ടിയുടെ പേപ്പേഴ്സും കാണിച്ചിരുന്നു. അങ്ങനെ ഒരു ചെലവ് ബാക്കി വെച്ച് ഞാൻ യാത്ര തിരിച്ചു.

ആദ്യത്തെ വിദേശയാത്രയാണ്. ബോർഡിങ് പാസ് എടുത്തു. സമാധാനമായി. ഇനി ഇമിഗ്രേഷൻ കഴിഞ്ഞു ഫ്ളൈറ്റിൽ കയറിയാൽ മതി.

ബാക്കി കൈയിൽ ഉണ്ടായിരുന്ന ഇന്ത്യൻ രൂപ റിയാലാക്കി മാറ്റി. സൗദിയിലെ കറൻസി റിയാലാണ്. ബോർഡിങ് അനൗൺസ്മെന്റ് വന്നപ്പോൾ ഫ്ളൈറ്റിന്റെ ബോർഡിങ് കൗണ്ടറിലേക്ക് നടന്നു. അവിടെ ഒരു എയർലൈൻസ് സ്റ്റാഫ് മൂന്നു യാത്രക്കാരുടെ പേര് എഴുതിയ കുറിപ്പുമായി നിൽക്കുന്നു. അതിൽ ഒന്ന് എന്റെ പേരാണ്. ടിക്കറ്റിൽ എയർപോട്ട് ടാക്സ് അടച്ചതിൽ ഒരു കുറവുണ്ട്. ടാക്സ് നിരക്കിൽ മാറ്റമുണ്ട്. അത് തന്നിട്ടേ ബോർഡ് ചെയ്യാൻ പറ്റൂ. മറ്റു രണ്ടുപേർ ഏതോ കമ്പനിയിലെ തൊഴിലാളികൾ ആയിരുന്നു. അവരുടെ കൈവശം പൈസ ഒന്നും ഇല്ലെന്ന് പറഞ്ഞു. എന്തായാലും എന്റെ പൈസ കൊടുക്കുന്ന കൂട്ടത്തിൽ അവരുടെ പൈസ കൂടി കൊടുക്കാൻ ഞാൻ തയ്യാറായി. അങ്ങനെ ആദ്യ വിദേശയാത്രയ്ക്ക് തയ്യാറായി സൗദിയയുടെ വിമാനത്തിൽ കയറി. ഇനിയും തടസ്സമോ? എന്നാൽ എൻജിൻ തകരാറു കാരണം വിമാനം പുറപ്പെടാൻ പിന്നെയും മൂന്ന് മണിക്കൂർ. ചൂടും സഹിച്ചു ഫ്ളൈറ്റിൽ തന്നെ ഇരിക്കേണ്ടി വന്നു. പിന്നെയായിരുന്നു കന്നിയാത്ര.

പ്രവാസത്തിന്റെ തുടക്കം ഒരു സംഭവബഹുലമായ സസ്പെൻസ് ത്രില്ലർ ആയി മാറി. ■

ഏടുകൾ മറിക്കുമ്പോൾ

കെ.ബി. മുരളി

സാമ്പത്തിക കാര്യങ്ങളിൽ വിദഗ്ദ്ധനായ ജയൻ, 'ബോംബെ ഏടുകളിലൂടെ' തന്റെ സാംസ്കാരിക തലവും ഭംഗിയായി നമുക്കു മുന്നിൽ അവതരിപ്പിക്കുന്നു.

ബോംബെ എന്നും നമ്മെ വിസ്മയിപ്പിക്കുന്നു. യൗവ്വനത്തിന്റെ ആരംഭത്തിൽ ബോംബെ മഹാനഗരത്തിലെത്തിയ ജയന്റെ പത്തുകൊല്ലത്തെ ജീവിത അനുഭവങ്ങൾ വളരെ ഹൃദ്യമായി അവതരിപ്പിക്കുന്നു ഈ പുസ്തകത്തിൽ. നല്ല ആഖ്യാനരീതി, ലളിതമായ ഭാഷ, നർമം കലർന്ന പ്രതിപാദനം എല്ലാം വായനയെ സുഖപ്രദമാക്കുന്നു.

ജയന്റെ ബോംബെ അനുഭവങ്ങൾ എന്റേതു കൂടിയാണ്. ലേഖകൻ ബോംബെയിൽ എത്തുന്നതിന് തൊട്ടു മുൻപേ എഴുപതുകളുടെ ആദ്യ ഏഴ് വർഷങ്ങളുടെ എന്റെ ബോംബെ അനുഭവങ്ങളും ഏതാണ്ട് ഇതൊക്കെത്തന്നെയായിരുന്നു. അതുകൊണ്ടുതന്നെ ബോംബെ ഏടുകളിലെ എല്ലാ ആഖ്യാനങ്ങളും വശ്യമായി. ബോംബെ ഏടുകളിലൂടെ ജയൻ വരച്ചു കാട്ടുന്ന മഹാനഗരവും പ്രാന്തപ്രദേശങ്ങളും ജനങ്ങളും ജീവിതരീതികളും സാംസ്കാരിക വൈവിദ്ധ്യങ്ങളും നമ്മെ വിസ്മയിപ്പിക്കുന്നു.

ബോംബെ നഗരത്തിന് വിവരണാതീതമായ വശ്യത ഉണ്ട്. ധനികസാമ്രാട്ടുകളുടെ മായികലോകം എന്നപോലെ തന്നെ പരമദരിദ്രരുടേയും ആശാകേന്ദ്രമാണീ നഗരം. ലേഖകന്റെ അനുഭവങ്ങൾ ഈ അവസ്ഥകളിലേക്കും വെളിച്ചം വീശുന്നു.

ബോംബെ ഇതു മാത്രമാണോ? ധനത്തിന്റെ അഹങ്കാരം, ബോളിവുഡിന്റെ മാസ്മരികതയും സാംസ്കാരിക ഉച്ചനീചത്വങ്ങളും പാർശ്വവത്കരിക്കപ്പെട്ടവരുടെ ദയനീയത,

ജീവിക്കാനായി മാംസം വിൽക്കുന്നവരുടെ ദൈന്യത, രാഷ്ട്രീയ അതിപ്രസരം സൃഷ്ടിക്കുന്ന മനുഷ്യവിഭജനം, ജാതി, മത സംഘർഷങ്ങൾ, കലാപങ്ങൾ, സ്ഫോടനങ്ങൾ ഈ അവസ്ഥകളെല്ലാം സഹിച്ചും അതിജീവിച്ചും ബോംബെ ഇന്നും മേന്മ തേടിയുള്ള പ്രയാണത്തിലാണ്.

കൗമാരത്തിൽ എന്നെ വശീകരിച്ച ബോംബെ ഈ വാർദ്ധക്യത്തിലും മാടിവിളിക്കയാണ്. ജയന്റെ ബോംബെ ഏടുകൾ, ഒരു നല്ല വായനാനുഭവം നൽകുമെന്ന് ഉറപ്പുണ്ട്.

ബോംബെ ജീവിതത്തിന്റെ
നാൾവഴികൾ

ഗേറ്റ് വേ ഓഫ് ഇന്ത്യയുടെ മുന്നിൽ ഗ്രന്ഥകാരൻ

കുടുംബത്തോടൊപ്പം

സി.എസ്.ടി. സ്റ്റേഷനടുത്തുള്ള മുംബൈ മുനിസിപ്പാലിറ്റി ഓഫീസ്

അരോവിലെ

ടാജ് ഹോട്ടലിന് മുന്നിൽ ഭാര്യ ഷീന, മക്കൾ അനഘ, ഗൗതം

മുംബൈ തെരുവ്

ഹുദാത്മ ചൗക്ക് (ഫ്ളോറ ഫൗണ്ടൻ)

ഛത്രപതി ശിവജി ടെർമിനസ് (ബോംബെ വി.ടി.)